உங்களுக்கு நீங்களே தீபமாக இருங்கள்

Be Lamp Upon Yourself (Tamil)

Shen Shi'an (editor)

Kong Meng San Phor Kark See Monastery

ஆங்கில மூலம்

பி ஏ லாம்ப் அபான் யூர்செல்ப்

ஷென் ஷி'அன் (எடிட்டர்)

காங் மெங் சான் போர் கார்க் சீ

மோனஸ்ட்டரி

தமிழில்

உங்களுக்கு நீங்களே தீபமாக இருங்கள்

முனைவர் ராஜ் சி ந தியாகராஜன்

அர்ப்பணிப்பு

இந்த புத்தகம் அனைத்து உயிரினங்களுக்கும்
அர்ப்பணிக்கப்படுகிறது.
ஒவ்வொருவரும் தமக்கே ஒரு தீபஒளியாக இருக்கட்டும்.
அனைவரும் ஒருவருக்கு ஒருவர் போதிசத்துவர்களாய்
இருக்கட்டும்.
மற்றும் விரைவில் அறிவொளி அடையட்டும்.
இந்த புத்தகம் இவர்களின் படைப்புகளால்
அகத்தூண்டுபட்டது:
வணக்கத்திற்குரிய திச் நாட் ஹன்
வணக்கத்திற்குரிய டாக்டர் கே. ஸ்ரீ தம்மானந்தா
வணக்கத்திற்குரிய துப்டன் சோட்ரான்
வணக்கத்திற்குரிய எஸ்.தம்மிக்க
சகோதரர் பியா டான்,
மற்றும் பல
சிறந்த தம்ம ஆசிரியர்கள்...

முன்னுரை

"உங்களுக்கு நீங்களே தீபமாக இருங்கள்" என்ற திருத்தப்பட்ட பதிப்பிற்கு வரவேற்கிறோம். புத்தரின் அடிப்படை போதனைகளுக்கான சுருக்கமான அணுகுமுறையாக இந்த எளிமையான புத்தகத்தின் ஈர்ப்பு இருப்பதால், புத்தரின் போதனைகளின் பரந்த துறைக்கு ஒரு அறிமுகமாக, இது பயனுள்ளதாக இருக்கும் என்று நாங்கள் நம்புகிறோம்.

புத்தர் போதித்தபடி, மெய்மையின் கொடை மற்ற எல்லா கொடைகளையும் விட சிறந்தது. உங்களுக்கு இனி இந்த நூல் தேவையில்லை என்றால், தயவுசெய்து இந்த புத்தகத்தை நண்பருடன் பகிர்ந்து கொள்ளுங்கள். நாம் அனைவரும் சேர்ந்து, தம்மத்தை அறிந்து, தம்மத்தை அறியச் செய்வோம்.

தம்மத்தில்,
ஷென் ஷியான் (ஆசிரியர்)
காங் மெங் சான் போர் கார்க் சீ மடாலயம்
தம்ம பிரச்சாரப் பிரிவு

மொழி பெயர்ப்பாளர் குறிப்பு

புத்தரின் போதனைகளை பாலியிலிருந்து சமஸ்கிருதம், சீனம், திபெத்தியன், தாய் மற்றும் ஆங்கிலத்திற்கும் பின் தமிழுக்கும் மொழிபெயர்ப்பது, துல்லியமான மொழிபெயர்ப்புக்கு வழிவகுக்காது. எனவே, பின்வரும் மற்றும்பிற பாலி சொற்களை எழுத்துப்பூர்வமாகப் ஒலிபெயர்ப்பு செய்து பயன்படுத்தினோம்.

அநாட்டா

அனிக்கா

துக்கா

தம்மா

நிர்வாணா

பரி நிப்பானா

சுட்டா

மொழிபெயர்ப்பு மற்றும் சரிபார்ப்புக்கு உதவிய எனது நண்பர்கள் மற்றும் குடும்பத்தினர் அனைவருக்கும் நன்றி.

முனைவர் ராஜ் சி ந தியாகராஜன் BE MTech PhD

பெங்களூரு

11.7.2023

புத்தரின் சுருக்கமான உரையாடல்

கே: நீங்கள் ஒரு "கடவுளா"?

ப: இல்லை.

கே: நீங்கள் ஒரு "தேவதை"யா?

ப: இல்லை.

கே: நீங்கள் ஒரு மனிதரா?

ப: இல்லை.

கே: அப்படியானால் நீங்கள் என்ன?

ப: நான் "விழித்திருக்கிறேன்".

(புத்தர்: முழுமையாக விழித்தெழுந்தவர்;
"மனிதர்கள் மற்றும் கடவுள்களின் ஆசிரியர்")

"உங்களுக்கு நீங்களே மேட்டிடமாக (தீபமாக) இருங்கள்.

உங்களுக்கே நீங்களே புகலிடமாக இருங்கள்

வேறு எந்த புகலிடமும் இல்லாமல்.

தம்மம் உங்கள் தீவாக இருக்கட்டும்

தம்மம் உங்கள் புகலிடமாக இருக்கட்டும்

வேறு எந்த புகலிடமும் இல்லாமல்."

- புத்தர்

(சக்கவட்டி-சிஹானாட சுட்டா)

ஞானம் பெறுவதற்கு முன்
புத்தரின் சிந்தனை:
"அப்பொழுது நான் நினைத்தேன்:
நான் ஏன், நானே பிறப்பு, முதுமை, நோய், இறப்பு,
துக்கம் மற்றும் கீழ்மைக்கு , உட்படுகிறேன்?
இவைகளுக்கு உட்பட்டதை நான் தேடுகிறேனா?

நான் இந்த விஷயங்களுக்கு உட்பட்டவன்
என்று வைத்துக்கொள்வோம்.
அவற்றில் ஆபத்தைக் கண்டு,
நான் நாடுகிறேன் ,
பிறக்காத, முதிர்ச்சியடையாத, நோவற்ற ,
இறப்பற்ற, துக்கமற்ற, மாசற்ற,
பிணைப்பில் இருந்து
உச்ச விடுதலை , -நிர்வாணா?"

: அறிவொளியை நோக்கி
நம்மை ஊக்குவிக்கும் சிந்தனை

உள்ளடக்கம்

1. புத்த மதத்தின் வியத்தகு அற்புதம் என்ன?

புத்த மதத்தின் சில சிறந்த அம்சங்கள், இங்கே, உங்களுக்காக.

புத்தர் உயர்ந்த மனிதர்கான சரியான உதாரணம்

வரலாற்று புத்தர் அவர் போதித்த அனைத்து நற்பண்புகளின் உருவகமாக இருந்தார். அவருடைய போதனைகள் அனைத்தையும் செயலில் செய்து காட்டியவர். அவர் தம்மத்தை பரப்புவதில் அயராது உழைத்து சிறந்த முன்மாதிரியாக விளங்கினார். எந்த நேரத்திலும் அவர் எந்த மனித பலவீனத்தையும் அல்லது கீழ்த்தரமான உணர்ச்சியையும் காட்டவில்லை. அவருடைய ஒழுக்கம், மெய்யறிவு மற்றும் கருணை ஆகிய குணங்கள் உலகம் இதுவரை அறிந்திராத மிகச் சிறந்தவை.

உங்களுக்கு சாத்தியமான பரிபூரணம்/முழு நிறைவு

புத்தர் ஆன்மீகத்தின் மிக உயர்ந்த உச்சத்தை பிரதிநிதித்-துவப்படுத்துகிறார். அனைவரும் உண்மையான பரிபூரணம்/ முழு நிறைவு அடைய முடியும் என்று போதித்தார். மத சமயங்களை நிறுவியவர்கள்களில், ஒரு சிலரே, தங்களைப் போன்ற அமைதி, மகிழ்ச்சி மற்றும்

இரட்சிப்பின் அனுபவத்தைப் பெறுவதற்கு தங்களைப் பின்பற்றுபவர்களுக்கும் ஒரே வாய்ப்பு இருப்பதாகக் கற்பித்தார்கள். ஆனால் புத்தர், தான் செய்ததைப் போல ஒருவர் பயிற்சி செய்தால், உயர் மெய்ஞானத்தின் அதே பேரின்பத்தை எல்லோராலும் அடைய முடியும் என்று போதித்தார்.

புத்தம் மதத்திற்கு அப்பாற்பட்டது

"மதம்" என்பதன் வரையறை, கேள்விக்கு இடமில்லாத நம்பிக்கை மற்றும் ஒரு உயர்ந்த அமைப்பின் வழிபாடு, சடங்குகள் மற்றும் சடங்குகளை நிறைவேற்றுவதற்கான கடமை என்றால், புத்தம் நிச்சயமாக ஒரு மதம் அல்ல. இது மதத்தின் அனைத்து வழக்கமான வரையறைகளுக்கு அப்பாற்பட்டது- புத்த மதம் அறிவார்ந்த ஐயுறவு சந்தேகத்தை ஊக்குவிக்கிறது மற்றும் தனிநபரின் சாத்தியமான உச்ச உயர்நிலை மேலாதிக்கத்தை நம்புகிறது. சடங்குகள் மற்றும் சடங்குகள் நமக்கு வழிகாட்டவும் ஊக்கமளிக்கவும் உதவும் விழாக்களாகப் பார்க்கப்படுகின்றன. அந்த வகையில் அவை முக்கியமானவை, ஆனால் அவை நமக்கு மெய்ஞானத்தையோ உண்மையான மகிழ்ச்சியையோ தருவதில்லை. ஆனால் புத்தம் மரபுக்கு அப்பாற்பட்டு, மதம் என்று அழைக்கப்படுகிறது. இருப்பினும், புத்தம் ஒரு மதம் என்று வழக்கத்தின் காரணமாக அழைக்கப்படுகிறது.

உலகளாவிய தன்மை, எங்குமுண்மை, நிலை மெய்ம்மை

புத்தரின் நோக்கம் அனைத்து உயிரினங்களின் உண்மையான மகிழ்ச்சி, என்பதால், அவரது

போதனைகளை, சமுகமாகவோ அல்லது தனியாகவோ, எந்த ஒரு இனம், நம்பிக்கை பாராமல், அனைவராலும் நடைமுறைப்படுத்தப்படலாம். இது முற்றிலும் பாரபட்சமற்றது மற்றும் உண்மையிலேயே உலகளாவியது.

மனதைத் தூய்மைப்படுத்துதல்

புத்தம் மட்டுமே அனைத்து தீமைகளை நிறுத்துவதையும், எல்லா நன்மைகளையும் செய்வதையும் ஊக்குவிக்கிறது, புத்தம் ஒருவரின் மனதைத் தூய்மைப்படுத்தவும் கற்பிக்கிறது, இது அனைத்து நன்மை தீமைகளுக்கும் ஆணிவேராகும், துன்பத்திற்கும் உண்மையான மகிழ்ச்சிக்கும் காரணமாகும்.

தன்னம்பிக்கை/சுயசார்பு

புத்தர் மெய் ஞானம் பெற தியானம் செய்து கொண்டிருந்த போது, எந்த தெய்வமும் ஆன்மீக சக்தியின் மறைவான ரகசியங்களை வெளிப்படுத்தவில்லை. போதிக்க யாரும் அவருக்கு எந்த மத சட்டங்களையும் கொடுக்கவில்லை. புத்தர் கூறினார், "எனக்கு கற்பிக்கவோ அல்லது ஞானம் பெறுவது எப்படி என்று சொல்லவோ எனக்கு எந்த ஆசிரியரும் அல்லது தெய்வமும் அல்லது தெய்வீகமும் இல்லை. எனது சொந்த முயற்சி, ஆற்றல், அறிவு மற்றும் தூய்மை ஆகியவற்றால் நான் உயர்ந்த மெய்ஞானத்தை அடைந்தேன். அதேபோல், விடாமுயற்சியின் மூலம், நம்மை பூரணப்படுத்துவதன் மூலம் இந்த உயர்ந்த இலக்கை அடைய முடியும்.

சிந்தனை சுதந்திரம்

புத்த மதத்தின் அறிவார்ந்த மற்றும் தத்துவ உள்ளடக்கத்திலிருந்து, சிந்தனை மற்றும் விசாரணை சுதந்திரம் வந்தது, இது வேறு எந்த நிறுவப்பட்ட உலக மதம் அல்லது தத்துவத்திற்கும் இணையற்றது. புத்தர் தனது போதனைகளை பரிசீலிக்குமாறு நம்மை வற்புறுத்தினாலும், எந்தவொரு புத்தமத கோட்பாட்டையும் நம்பவோ அல்லது ஏற்றுக்கொள்ளவோ எந்தக் கடமையும் நிர்ப்பந்தமும் இல்லை.

மெய்மை கல்வி

புத்தர் மெய்மையின் (எல்லாவற்றின் மெய் / அனைத்தின் உண்மை) மிகச் சிறந்த ஆசிரியர், புத்த மதம், நம்மைப் பற்றியும், நாம் வாழும் பிரபஞ்சத்தைப் பற்றியும் சரியான புரிதலை வழங்குகிறது. இது உலக அறிவிற்கு அப்பாற்பட்ட போதனையாகும்- உண்மையான மகிழ்ச்சியை உணர வழிவகுக்கும் உயர்ந்த மெய் ஞானம். உலகில் நிறுவப்பட்ட முதல் பல்கலைக்கழகம் இந்தியாவில் உள்ள மாபெரும் நாளந்தா புத்த பல்கலைக்கழகம் என்பது குறிப்பிடத்தக்கது, இது இரண்டாவது முதல் ஒன்பதாம் நூற்றாண்டு வரை செழித்து வளர்ந்தது. இது உலகெங்கிலும் உள்ள மாணவர்களுக்கானது மற்றும் பல சிறந்த புத்த அறிஞர்கள் மற்றும் முனிவர்களின் பல்கலைக்கழகமாக இருந்தது.

எதிர்ப்பற்ற நிலையில் நிற்கிறது

புத்தர் ஒரு நிகரற்ற ஆசிரியர்.அவர் சுதந்திரமாகவும் தீவிரமாகவும், எந்தவொரு சந்தேகத்திற்கும் இடமளிக்காத வரை, சாத்தியமான ஒவ்வொரு கோணத்திலிருந்தும் தனது போதனைகளை எதிர்த்துரை செய்ய, தன்னைப் பின்பற்றுபவர்கள் மற்றும் பிற நம்பிக்கையாளர்களையும் அழைத்தார். அவருடைய கட்டளைகளுக்கு இணங்க, அவரைப் பின்பற்றுபவர்கள் அவருடைய கோட்பாட்டைப் பற்றி விவாதித்தனர் மற்றும் வன்முறை அல்லது இரத்தம் சிந்தாமல் தங்கள் புரிதலின் படி புத்த மதத்தின் பல்வேறு பள்ளிகளை நிறுவினர். ஒருவருக்கு உண்மை தெரியும் என்று ஒருவர் உண்மையிலேயே நம்பினால், அதை எதிர்த்துரை செய்ய ஒருவர் பயப்படக்கூடாது, ஏனெனில் உண்மை எப்போதும் வெல்லும் என்பதை புத்தர் அறிந்திருந்தார். பல கேள்விகளுக்கு அவர் அளித்த பதில்கள் புத்த கோட்பாட்டை ஒரு பரந்த மதத் துறையில் வளப்படுத்தியது. புத்த மதம் மற்றும் பிரபஞ்சம் பற்றிய பல கேள்விகளுக்கு புத்தரின் விளக்கங்களைக் குறிப்பிடுவதன் மூலம் இன்றும் நம்மால் பதிலளிக்க முடிகிறது.

குருட்டு நம்பிக்கை/ மூடநம்பிக்கை இல்லை

புத்தர், தம்மைப் பின்பற்றுபவர்கள் என்று சொல்லிக் கொண்டவர்களுக்கு சொர்க்க சுகத்தையோ, வெகுமதியையோ உறுதி வழங்கவில்லை. தம்மத்தில் நம்பிக்கை கொண்டவர்களுக்கு இரட்சிப்பையும் அவர் வாக்களிக்கவில்லை. அவரைப் பொறுத்தவரை, மதம் ஒரு

கொடுத்து வாங்கும் ஒப்பந்தம் அல்ல, ஆனால் தனக்கும் மற்றவர்களுக்கும் மெய் ஞானம் மற்றும் இரட்சிப்பைப் பெறுவதற்கான ஒரு உன்னதமான வாழ்க்கை முறை.

அவரை கண்மூடித்தனமாக நம்பும் சீடர்களை அவர் விரும்பவில்லை. நாம் சுயமாக சிந்தித்து புரிந்துகொள்ள வேண்டும் என்று அவர் விரும்பினார். புத்த மதத்தைப் பற்றி மேலும் அறிந்துகொள்ள முன்வர வேண்டும் என்றும், அதை வெறுமனே நம்பாமல் இருக்க வேண்டும் என்றும் புத்தர் வலியுறுத்தினார். உணர்ச்சி அல்லது குருட்டு/மூட நம்பிக்கையின் மூலம் எதையும் ஏற்றுக்கொள்ளாமல், பல்வேறு வழிகளில் பரிசீலித்து, ஆராய்ந்து சரியான மதத்தைத் தேர்ந்தெடுக்க அறிவுறுத்தினார். அதனால்தான் பௌத்தம் சில நேரங்களில் பகுப்பாய்வு மதம் என்று அழைக்கப்படுகிறது. நவீன சிந்தனையாளர்கள் பாராட்டுகின்ற மனம் மற்றும் பொருள் பற்றிய விஞ்ஞான தர்க்க பகுப்பாய்வு இதில் உள்ளது. இன்றும் கூட, புத்த மத நூல்கள் உட்பட, புத்த மதத்தினர் ஒரு ஆரோக்கியமான ஐயுறவு சந்தேக மனப்பான்மையைக் கொண்டிருக்க ஊக்குவிக்கப்படுகிறார்கள்!

ஆதார அனுபவம் முதல் நம்பிக்கை வரை

புத்தம் என்பது கடவுளின் தூது செய்தியாக அறிமுகப்படுத்தாமல் அதன் நிறுவனரின் (புத்தர்) அனுபவம் மற்றும் ஞானம் மூலம் விளக்கப்பட்ட ஒரே மதம். இது தெரிந்த அனுபவ அறிவின் மூலத்திலிருந்து தொடங்குகிறது, நம்பிக்கையில் இருந்து அல்ல. மனிதப் பிரச்சினைகளை மனித அனுபவத்தின் மூலம் ஒருவர்

புரிந்துகொண்டு, சிறந்த மனிதாபிமானப் பண்புகளை வளர்த்துக் கொண்டு, அதனை தீர்க்க வேண்டும்.

வெளியாட்கள் மூலம் அல்லாமல், மனதைத் தூய்மைப்படுத்துவதன் மூலமும், மன வளர்ச்சியின் மூலமும் ஒருவர் தீர்வுகளைத் தேட வேண்டும். அதனால்தான், புத்தர் தன்னை ஒரு இயற்கைக்கு அப்பாற்பட்ட மீட்பராக ஒருபோதும் அறிமுகப்படுத்தவில்லை. அவரைப் பொறுத்தவரை, நாமே நம்முடைய சொந்த இரட்சகர்களாக/மீட்பர்களாக இருக்க முடியும்.

முழு உண்மை/ பேருண்மை

வாழ்க்கையின் உண்மைகளை தைரியமாக எதிர்கொள்ளவும், பாசாங்குத்தனமாக செயல்படாமல், உண்மை எதுவாக இருந்தாலும் அதை ஏற்றுக்கொள்ளவும் புத்தர் ஊக்குவிக்கிறார். அவர் கற்பித்த அனைத்தும், உண்மையான மகிழ்ச்சியை நோக்கி நம்மை வழிநடத்தும் காலமற்ற நடைமுறை உண்மைகள்.

அறிவியல் மெய்க்கருத்து

புத்தம் தனது போதனைகளுக்குப் புதிய விளக்கங்களைக் கொடுக்க வேண்டிய அவசியத்தை ஒரு போதும் கண்டதில்லை. புதிதாக சரிபார்க்கப்பட்ட அறிவியல் கண்டுபிடிப்புகள் புத்தரின் போதனைகளுக்கு ஒருபோதும் முரண்படுவதில்லை, ஏனெனில் அவற்றின் மெய்க்கருத்து மற்றும் வழிமுறைகள் அறிவியல் ரீதியானது. புத்தத்தின் அடிப்படைக் கருத்துக்களை எந்தச் சூழலிலும் மாற்றாமல்

பேண முடியும். புத்த சிந்தனைகளின் மதிப்பை புரிந்து கொள்ளும் திறன் நாளடைவில் மனித மனதில் இருந்து குறைந்து மறைந்து போகலாம். இருப்பினும், புத்தரின் போதனைகளின் மதிப்பு ஒவ்வொரு பண்பட்ட மற்றும் புரிந்துகொள்ளும் நபரால் எந்த நேரத்திலும் பாராட்டப்படும்.

இருபதாம் நூற்றாண்டின் மிகச் சிறந்த விஞ்ஞானி, நோபல் பரிசு வென்ற ஆல்பர்ட் ஐன்ஸ்டீன் (இயற்பியலாளர் மற்றும் கணிதவியலாளர்) அவர்களால் பாராட்டப்பட்டது, "எதிர்கால மதம் ஒரு பிரபஞ்ச மதமாக இருக்கும், அது ஒரு தனிப்பட்ட கடவுளைக் கடந்து, கோட்பாடுகள் மற்றும் இறையியலைத் தவிர்த்து இருக்க வேண்டும், அது இயற்கை மற்றும் ஆன்மீகம் இரண்டையும் உள்ளடக்கியது, இது இயற்கை மற்றும் ஆன்மீகம் ஆகிய எல்லாவற்றின் அனுபவத்திலிருந்து எழும் ஒரு மத உணர்வின் அடிப்படையில் அர்த்தமுள்ள தனிமுழுமையுடன் ஒற்றுமையாக இருக்க வேண்டும். புத்த மதம் இந்த விளக்கத்திற்கு பதிலளிக்கிறது. . நவீன விஞ்ஞான தேவைகளை சமாளிக்கும் மதம் ஏதேனும் இருந்தால், அது புத்த மதமாக இருக்கும்"

உச்ச தத்துவம்

இருபதாம் நூற்றாண்டின் மிகச்சிறந்த தத்துவஞானி என்று பிரபலமாகக் கருதப்படும் நோபல் பரிசு வென்ற லார்ட் பெர்ட்ராண்ட் ரஸ்ஸல் (கணித நிபுணர், எழுத்தாளர் மற்றும் சமூக விமர்சகர்) பாராட்டியபடி,

"வரலாற்றின் பெரிய மதங்களில், நான் புத்த மதத்தை விரும்புகிறேன். புத்தம் என்பது ஊக மற்றும் அறிவியல் தத்துவங்களின் கலவையாகும். இது அறிவியல் முறையை ஆதரிக்கிறது மற்றும் பகுத்தறிவு என்று அழைக்கப்படக்கூடிய ஒரு இறுதி நிலைக்கு அதைப் பின்பற்றுகிறது. அதில், 'மனம் மற்றும் பொருண்மம்/ பருப்பொருள் என்றால் என்ன? அவற்றில் எது அதிக முக்கியத்துவம் வாய்ந்தது? பிரபஞ்சம் ஒரு இலக்கை நோக்கி நகர்கிறதா? மனிதனின் நிலை என்ன? உன்னதமான வாழ்க்கை இருக்கிறதா? உன்னதமான வாழ்வு உண்டா.' அறிவியலின் வரம்புகள் காரணமாக, அறிவியலால் வழிநடத்த முடியாத இடத்தை இது பெறுகிறது. அதன் வெற்றிகள் மனதின் வெற்றிகள்."

உச்ச உளவியல்

பல உளவியலாளர்கள் தங்கள் ஆய்வுப் பணியின் போது கண்டறிந்துயுள்ளபடி, டாக்டர். கார்ல் ஜி. ஜங்கின் (பகுப்பாய்வு உளவியலின் நிறுவனர்-நவீன உளவியலின் ஒரு அம்சத்தின் முன்னோடி) முன்னோடி ஆராய்ச்சிப் பணி காட்டியுள்ளபடி, நாம் நினைப்பதை விட, நாம் புத்தருடன் நெருக்கமாக இருக்கிறோம்.

நீங்கள் சிறிய அளவு புத்தம் படித்தாலும், 2,500 ஆண்டுகளுக்கு முன்பே புத்த மதத்தினர், நமது நவீன உளவியல் பிரச்சனைகளைப் பற்றி, அதிகமாக அறிந்திருந்தார்கள் என்பதை நீங்கள் புரிந்துகொள்வீர்கள், அவர்களுக்கு இதுவரை நம் பாராட்டு/ பெருமைப்படுத்தப்பட்டதை விட. அவர்கள் இந்த

பிரச்சினைகளை நீண்ட காலத்திற்கு முன்பே ஆய்வு செய்தனர், மேலும் அதற்கான பதில்களையும் கண்டுபிடித்தனர். ஜங் பாராட்டியபடி, "சம சமயங்களைப் படிக்கும் மாணவனாக, புத்த மதம் உலகம் கண்டெடுத்த மிகச் சரியான மதம் என்று நான் நம்புகிறேன். பரிணாமக் கோட்பாட்டின் தத்துவமும் கர்மாவின் விதியும் மற்ற எந்த மதத்தையும் விட மிக உயர்ந்தவை.

புத்த சிந்தனை உலகிற்கு, என்னை முதன்முதலில் ஈர்த்தது மதத்தின் சரித்திரமோ அல்லது தத்துவ ஆய்வுகளோ அல்ல, ஆனால் மருத்துவராக எனது தொழில் ஆர்வமே. மனநோய்க்கு சிகிச்சை அளிப்பதே எனது பணியாக இருந்தது, இதுவே துன்பம், முதுமை, நோய் மற்றும் இறப்பு."என்ற சங்கிலியை உடைத்தெறிந்த மனிதகுலத்தின் தலைசிறந்த ஆசிரியரின் (புத்தரின்) கருத்துக்கள் மற்றும் வழிமுறைகளை அறிந்துகொள்ள என்னைத் தூண்டியது.

பயமுறுத்தல் இல்லை

குருட்டு நம்பிக்கையின் மூடநம்பிக்கைகளுக்கு எதிராக பகுத்தறிவு நம்பிக்கையின் எழுச்சியை ஊக்குவித்த ஒரு முக்கிய வரலாற்று நபர் புத்தர். அவர் சிதைக்கப்பட்ட மனிதகுலத்தை மத குருமார்களின் அதிகாரத்திலிருந்து விடுவித்தார், மேலும் மத பாசாங்குத்தனம் மற்றும் மத சர்வாதிகாரத்திலிருந்து விடுதலைக்கான வழியைக் காட்டினார். புத்தம் என்பது பகுத்தறிவைப் பயன்படுத்தும் ஒரு மதம். புத்தத்தில் யாரையும் நம்பும்படி வற்புறுத்த பயமுறுத்தலின்/ பயத்தின் கூறு இல்லை.

உலகளாவிய இரக்கம்/ பொதுவிரி இரக்கம்

புத்தரின் இரக்கம் உலகளாவியதாக இருப்பதால், பூச்சிகள் முதல் மிருகங்கள் வரை பெரிய மற்றும் சிறிய அனைத்து உயிரினங்களையும், முடிவில் சமமாக பார்க்கிறார், அவை ஒவ்வொன்றும் நம்மைப் போலவே மகிழ்ச்சிக்கான அதே உரிமைகளைக் கொண்டுள்ளன.

அகிம்சை

புத்தத்தில் நியாயமான போர் என்று எதுவும் இல்லை. புத்தர் கற்பித்தார், "வெற்றி பெற்றவன் வெறுப்பை வளர்க்கிறான், தோற்கடிக்கப்பட்டவன் துன்பத்தில் வாழ்கிறான். வெற்றி தோல்வி இரண்டையும் துறப்பவன் மகிழ்ச்சியாகவும் அமைதியாகவும் இருப்பான். புத்தர் அகிம்சை மற்றும் அமைதியை போதித்தது மட்டுமல்லாமல், போர் நிகழ்வதைத் தடுக்க போர்க்களத்திற்குச் சென்ற முதல் மற்றும் ஒரே மத நிறுவனர் அவர்.

மனித சமத்துவம்

சமூக நிலை, இனம் மற்றும் மத வேறுபாடுகள் இருந்தபோதிலும், தனிமனித உரிமைகள் மற்றும் அனைத்து மனிதர்களின் சமத்துவத்தின் முக்கியத்துவம் குறித்தும், சாதி அமைப்புக்கு எதிராக முதலில் பேசியவர் புத்தர். அனைத்து மட்டங்களிலும் சமூக ஒத்துழைப்பு மற்றும் சமூகத்தில் செயலில் பங்கேற்பதன் உணர்வையும் அவர் ஊக்குவித்தார். புத்தரின் கூற்றுப்படி, மனிதர்களின் ஒரே வகைப்பாடு, அவர்களின் ஒழுக்க நடத்தையின் தரத்தின் அடிப்படையில் இருக்க வேண்டும்.

புத்தர் கூறினார், "எல்லா நாடுகளுக்கும் சென்று இந்தப் போதனையைப் பிரசங்கியுங்கள். ஏழை, எளியவன், பணக்காரன், உயர்ந்தவன் என அனைவரும் ஒன்றே என்றும், கடலில் உள்ள நதிகளைப் போல எல்லா சாதியினரும் இந்த மதத்தில் ஒன்றுபடுவார்கள் என்றும் அவர்களுக்குச் சொல்லுங்கள்".

பாலியல் சமத்துவம்

இருபாலினரையும், உரிமைகளில் சமமாகப் பார்த்தார் புத்தர், பெண்களுக்கு சமய வாழ்வில் முழுமையாக பங்கேற்க சுதந்திரம் அளித்த முதல் மத ஆசிரியர். பெண்களை சங்கத்தில் (துறவிகள் மற்றும் கன்னியாஸ்திரிகளின் சங்கம்) சேர அனுமதிப்பதற்கான அவரது நடவடிக்கை உண்மையில் அவரது காலத்தில் தைரிய, தீவிர முன்னறவாகவும் இருந்தது.

ஜனநாயகம்

ஜனநாயக செயல்பாட்டில் வெளிப்படையான ஆலோசனையின் உணர்வை முதன்முதலில் முன்வைத்தவர் புத்தர். சங்கச் சமூகத்தில், ஒவ்வொரு உறுப்பினருக்கும் பொதுவான விஷயங்களில் முடிவெடுக்க தனிப்பட்ட உரிமைகள் இருந்தன. ஒரு தீவிரமான கேள்வி எழுந்தபோது, இன்றைய ஜனநாயக நாடாளுமன்ற முறையைப் போன்றே பிரச்சினைகள் முன்வைக்கப்பட்டு விவாதிக்கப்பட்டன.

சூழலியல் விழிப்புணர்வு

புத்தர் பூமி கிரகத்தின் சுற்றுச்சூழலுக்கான அக்கறையையும் மரியாதையையும் வலுவாக ஊக்குவித்தார், ஏனெனில் அவர் அனைத்து உயிரினங்களுக்கும் இயற்கைக்கும் இடையே உள்ள ஒன்றுக்கொன்று சார்ந்திருத்தலை கண்டார்.

உயிர்ப் பலி சடங்குகள் இல்லை

ஒருவரின் சுயநலத்திற்காக எந்தவொரு உயிரினத்தையும் பலியிடுவது கொடூரமானது மற்றும் நியாயமற்றது என்று புத்தர் கண்டதால், உயிர்ப் பலியை ஏற்கவில்லை.

அணிநயங்கனிந்த அற்புதங்கள் எதுவும் இல்லை

புத்தரைப் பொறுத்தவரை, அதிசயங்கள் என்பது பெரும்பாலான மக்களுக்கு புரியாத நிகழ்வுகளின் வெளிப்பாடுகள். அமானுஷ்ய சக்திகள் யாராலும் தேர்ச்சி பெற முடியும் என்பதால், அவை ஞானம் அல்லது மெய் ஞானத்தின் ஆதாரமாக கருதப்படுவதில்லை. அமானுஷ்யம் என்பது அறிவில்லாதவர்களால் புரிந்து கொள்ளப்படாத இயற்கை நிகழ்வுகள். அற்புதங்களைச் செய்யும் திறன் ஆன்மீக வளர்ச்சியின் ஒரு விளைபொருளாகக் கருதப்படுகிறது- இது ஆன்மீக பரிபூரணத்தின் உண்மையான குறிக்கோளுக்கு சிறிய முக்கியத்துவம் மற்றும் சிறிய பொருத்தம் வாய்ந்தது. புத்தர் அமானுஷ்ய திறன்களில் முழு தேர்ச்சி பெற்றிருந்தாலும், கற்பிப்பதற்கான ஒரு திறமையான வழிமுறையாக கருணையை மட்டுமே அவற்றைப் பயன்படுத்தினார்.

குருட்டு நம்பிக்கை அல்லது அற்புதங்களைச் சார்ந்திருப்பதன் மூலம் பின்பற்றுபவர்களை வெல்ல அவர் ஒருபோதும் தனது சக்திகளைப் பயன்படுத்தவில்லை. அறிவில்லாத ஒருவரை ஞானியாக மாற்றுவதுதான் மிக உயர்ந்த அதிசயம் என்று போதித்தார்.

அரசியல் துஷ்பிரயோகம் இல்லை

புத்தர் அரச குடும்பத்தில் பிறந்தவர், மேலும் அரசர்கள், இளவரசர்கள் மற்றும் அமைச்சர்களுடன் தொடர்புடையவர். ஆயினும்கூட, அவர் தனது போதனைகளை அறிமுகப்படுத்த அரசியல் அதிகாரத்தின் செல்வாக்கை ஒருபோதும் நாடவில்லை. அரசியல் அதிகாரத்தைப் பெறுவதற்காக அவருடைய போதனைகளைத் தவறாகப் பயன்படுத்தவும் அவர் அனுமதிக்கவில்லை. இருப்பினும், ஒரு நாட்டை பேராசையால் ஆளக்கூடாது, ஆனால் மக்கள் மீது இரக்கத்துடனும் கருணையுடனும் இருக்க வேண்டும் என்று போதித்து, அரசர்கள் தார்மீக ரீதியாக வலுவாக இருக்க வேண்டும் என்று அவர் வலியுறுத்தினார்.

மன்னிக்காத தன்மை இல்லை

புத்தத்தில் "மன்னிக்க முடியாத பாவம்" என்ற கருத்து இல்லை. புத்தர் எல்லா செயல்களும் முறையே ஞானத்தின் இருப்பு அல்லது இல்லாமையால், திறமையானவை அல்லது திறமையற்றவை என்று கற்பித்தார். ஒருவர் தனது தவறுகளை உணர்ந்து நல்ல மாற்றங்களைச் செய்யும் வரை முன்னேற்றத்திற்கான நம்பிக்கை எப்போதும் இருக்கும்.

பிடிவாதமான தனித்தன்மை இல்லை

நான்கு உன்னத உண்மைகள் மற்றும் உன்னத எட்டு மடங்கு பாதையின் போதனைகள் இருந்தால் எந்த மதமும் சரியான மதமாக கருதப்படும் என்று புத்தர் போதித்தார். ஏனென்றால், உண்மையிலேயே பயனுள்ள மதம் துன்பத்தை முழுமையாக நீக்குவதற்கு வழிவகுக்கிறது (நான்கு உன்னத உண்மைகள் போன்றவை), மேலும் உண்மையான மகிழ்ச்சிக்கான பகுத்தறிவு பாதையை (உன்னத எட்டு மடங்கு பாதை போன்றவை) தெளிவாகக் காட்டுகிறது.

இணக்கமான சமயப்பரப்பாளர் பணி

புத்த சமயப்பரப்பாளர்/ மிஷனரியின் குணங்கள் மற்றும் மனப்பான்மைக்கு சிறந்த உதாரணம் மகா பேரரசர் அசோகர் ஆவார், அவர் புத்தரின் அமைதிச் செய்தியை ஆசியா மற்றும் மேற்கு நாடுகளின் பல பகுதிகளுக்கு அனுப்பினார்.

இன்றும் நிலைத்து நிற்கும் அசோகத் தூணில் கல்லில் பொறிக்கப்பட்ட அவரது கல்வெட்டு ஒன்று. "ஒருவர் தன் மதத்தை மட்டும் மதித்து, பிறர் மதத்தை பழித்துரைக்க கூடாது. ஏதோ ஒரு நல் காரணத்திற்காக பிறருடைய மதத்தை மதிக்க வேண்டும். அவ்வாறு செய்வதன் மூலம், ஒருவர் தனது சொந்த மதம் வளர உதவுவதோடு, மற்றவர்களின் மதங்களுக்கும் பங்களிக்கிறார். மற்றபடி செயல்பட்டால், ஒருவன் தன் மதத்தின் புதைகுழியைத் தோண்டி, பிற மதத்தினருக்கும் தீங்கு செய்கிறான். புனிதமற்ற போர்கள், சிலுவைப் போர்கள், விசாரணைகள்

மற்றும் மத பாகுபாடுகள் பௌத்த வரலாற்றின் வரலாற்றைக் கெடுக்கவில்லை. புத்த சமயப்பரப்பாளர்களுக்கு ஏற்கனவே சரியான மதம் உள்ளவர்களை மதம் மாற்றும் தேவையோ விருப்பமோ இல்லை.

பௌத்தர்கள் மற்ற மதங்களின் முன்னேற்றத்தைக் கண்டு மகிழ்ச்சியடைகிறார்கள், அவர்கள் மக்கள் தங்கள் நம்பிக்கையின்படி தார்மீக வாழ்க்கை முறையை வழிநடத்த உதவுகிறார்கள், மேலும் அமைதி, நல்லிணக்கம் மற்றும் உண்மையான புரிதலை அனுபவிக்கிறார்கள். இருப்பினும், புத்தர் உண்மையை ஆர்வமுள்ளவர்களுடன் பகிர்ந்து கொள்ளுமாறு வலியுறுத்தினார்.

"ஓ பிக்குகளே (துறவிகளே) பலரின் நன்மைக்காகவும், பலருடைய மகிழ்ச்சிக்காகவும், உலகத்தின் மீது இரக்கம் கொண்டு, தேவர்கள் மற்றும் மனிதர்களின் நன்மைக்காகவும், மகிழ்ச்சிக்காகவும், வெளியே சென்று வெற்றிகொள். இருவர் ஒரே வழியில் செல்ல வேண்டாம். பிக்குகளே, மெய்க்கருத்துதிலும், நுணுக்கத்திலும். தர்மத்தை (சத்தியத்திற்கான வழி) உபதேசியுங்கள், ஆரம்பத்தில் சிறந்தது, நடுவில் சிறந்தது, முடிவிலும் சிறந்தது என்று, சொல்லிலும், சொல் செயல் நோக்கத்திலும் .பரிசுத்த வாழ்க்கையை முழுவதுமாக பரிபூரணமாகவும் தூய்மையாகவும் அறிவிக்கவும்".

போற்றத்தக்க இலக்கு

புத்தத்துவத்தை அடைவது (அறிவொளி), அல்லது தனக்கும் மற்றவர்களுக்கும் உண்மையான மகிழ்ச்சி, மிகவும்

சவாலான, ஆனால் மிகவும் பயனுள்ள இலக்காகும். இருப்பினும், புத்த மதத்தை கடைப்பிடிப்பது என்பது உன்னத எட்டு மடங்கு பாதையை (அல்லது நடுத்தர வழி) பின்பற்றுவதாகும் என்பதால், பௌத்தர்கள் ஒருபோதும் தீவிரவாதத்தின் எந்த வடிவத்தையும் நாட வேண்டியதில்லை.

மனிதகுலம் மற்றும் மதம் பற்றிய முழுமையான கண்ணோட்டம்

புத்தர், மனித குலத்தின் சிந்தனையில் மாற்றங்களுடன், வரலாற்றில் பல்வேறு மத அமைப்புகள் எவ்வாறு உருவாகின என்பதை பகுத்தறிவுடனும் விரிவாகவும் விளக்கினார். மனிதர்களுக்கு மதம் ஏற்படுத்தும் பாதிப்புகள் பற்றிய விரிவான கண்ணோட்டத்தையும் அவர் நமக்கு அளித்தார்.

உண்மையான மகிழ்ச்சியை நோக்கிய முழுமையான பாதை

புத்தரின் போதனைகள் ஒரு முழுமையான மற்றும் மகத்தான ஒன்றோடொன்று இணைக்கப்பட்ட பாடத்திட்டத்தை உருவாக்குகின்றன, இது வாழ்க்கையின் ஒவ்வொரு காலமற்ற அம்சத்தையும் உள்ளடக்கியது. பௌத்த நூல்களின் பண்டைய தொகுப்பு "ஏழு யானைகளின் உயரம்" வரை குவிந்திருப்பதாக கூறப்படுகிறது! வரலாற்றின் மிக நீண்ட போதனையின் மத நிறுவனராக இருந்த புத்தர், உண்மையான மகிழ்ச்சியை அடைய தேவையான அனைத்தையும் 45 ஆண்டுகளாக விளக்கினார். அவர் தனது ஆயிரக்கணக்கான சீடர்களைக்

கொண்ட தனது சங்க கூட்டத்தில் மூன்று முறை கேட்டார், அவருடைய இறுதி மரணத்திற்கு முன் அவர்களுக்கு ஏதேனும் சந்தேகம் இருக்கிறதா என்று. யாருக்கும் எந்த சந்தேகமும் இல்லை.

இந்த வாழ்க்கையில் மகிழ்ச்சி

பௌத்தம் மறுமையில் மட்டும் கவனம் செலுத்துவதில்லை. இந்த வாழ்க்கையில் புத்த மதத்தை கடைப்பிடிப்பது இந்த வாழ்க்கையைத் தாண்டிய நேர்மறையான விளைவுகளை ஏற்படுத்தினாலும், நமது நடைமுறையின் பல பலன்களை இந்த வாழ்க்கையில் அனுபவிக்க முடியும்.

எல்லாம் தங்குதடையற்றது

புத்தரின் கூற்றுப்படி, அவருடைய போதனைகளில் உள்ள உண்மையை ஒவ்வொருவரும் தனிப்பட்ட முறையில் கண்டறியலாம். அனுபவம் வாய்ந்த ஆசிரியர்களின் குறிப்பிட்ட வழிகாட்டுதல் தேவைப்படும் மேம்பட்ட போதனைகள் இருந்தாலும், பௌத்தத்தில் இரகசியங்கள் என்று எதுவும் இல்லை.

நல்லெண்ணம் மற்றும் புரிதல்

அனைத்து உயிரினங்களுக்கும் நல்லெண்ணம் மற்றும் புரிதல் பற்றிய புத்தரின் செய்தி உலகளாவிய செய்தியாகும். முன்னெப்போதையும் விட இன்று உலகிற்கு இந்த உன்னத செய்தி தேவைப்படுகிறது. அப்படியானால், நாம் கற்றுக்கொண்டு மேலும் பலருடன் பகிர்ந்து கொள்வோம்!

2. பேருண்மையை எவ்வாறு தேடுவது?

கலாமா சுட்டாவின் (கட்டில்லா ஆய்வாராய்வு சாசனம்) சுருக்கம், இது பேருண்மையை மெய்யறிவார்ந்ததோடு தேடுவதற்கான வழிகாட்டுதல்களை வழங்குகிறது:

ஒருமுறை, புத்தர் காலத்தில், அவர் கலாமா மக்களின் கிராமத்தை கடந்து சென்றார். கலாமாக்கள், இந்தியாவில், அந்த காலத்தில், மிகவும் அறிவார்ந்த புத்திசாலி மக்களாக இருந்தனர். அவர்கள் அனைவரும் சேர்ந்து புத்தரிடம், "நீங்கள் கற்பிப்பது உண்மை என்று எங்களுக்கு எப்படித் தெரியும்? மற்ற அனைத்து ஆன்மீக ஆசிரியர்களும் (அப்போது 60 க்கும் மேற்பட்ட மத நம்பிக்கைகள் இருந்தன) அவர்கள் கற்பிப்பது மட்டுமே உண்மை என்றும் மற்றவர்கள் கற்பிப்பது பொய், என்று கூறினார்கள்.

அதற்கு புத்தர் மெதுவாக சிரித்துவிட்டு, பதிலளித்தார்"
1. நீங்கள் கேட்பதை, நீண்ட காலமாகக் கேட்டதால் மட்டும் நம்பாதீர்கள்
2. பாரம்பரியம் பல தலைமுறைகளாக நடைமுறையில் உள்ளதால் மட்டுமே, பாரம்பரியத்தை கண்மூடித்தனமாக பின்பற்றாதீர்கள்.
3. வதந்திகளைக் அவசரப்பட்டு நம்ப வேண்டாம்.

4. உங்கள் வேதங்களுடன்/சமய நூல்களுடன் ஒத்துப்போகிறது என்பதற்காக எதையும் உறுதி செய்யாதீர்கள்.

5. மூடத்தனமான ஊகம் எதையும் செய்யாதீர்கள்.

6. நீங்கள் பார்ப்பதையும் கேட்பதையும் வைத்து மட்டுமே திடீரென முடிவுகளை எடுக்காதீர்கள்.

7. வெளித்தோற்றத்தைக் கண்டு ஏமாறாதீர்கள்.

8.உங்களுக்கு வசதியாக இருக்கிறது என்பதற்காக எந்தக் காட்சி கண்ணோட்டத்திலும் அல்லது கருத்து யோசனையிலும் பற்று கொள்ளாதீர்கள்.

9.தர்க்கரீதியாக நீங்கள் காணும் எதையும் உண்மையாக ஏற்றுக்கொள்ளாதீர்கள்.

10. உங்கள் ஆன்மீக ஆசிரியர்களுக்கான மரியாதை மற்றும் தொடர்பு காரணமாக எதையும் நம்ப வேண்டாம்.

அதிக கோபம் (வெறுப்பு), அதிக பேராசை (ஏங்கம்) மற்றும் அதிக மாயை (அறியாமை) ஆகியவற்றிற்கு வழிவகுக்கும், எந்தஒரு ஏற்றுக்கொள்ளப்பட்ட மற்றும் நடைமுறைப்படுத்தப்பட்ட எதையும் நீங்கள் சரியாக நிராகரிக்கலாம்.

மாறாக, நீங்கள் இது எதையும் ஏற்றுக்கொள்ளலாம், இது ஏற்றுக்கொள்ளப்பட்டு நடைமுறைப்படுத்தப்படும்போது நிபந்தனையற்ற அன்பு, மனநிறைவு மற்றும் மெய் ஞானத்திற்கு வழிவகுத்தால்.

இந்த குணங்கள் மகிழ்ச்சியான மற்றும் அமைதியான மனதை வளர்க்க கால நேரத்தை அனுமதிக்கின்றன. எனவே, மெய்யறிவார்ந்த ஞானிகள் நிபந்தனையற்ற

அன்பு, மனநிறைவு மற்றும் மெய் ஞானத்தைப் போற்றுகிறார்கள்.

எது உண்மை, எது உண்மையல்ல என்பதில் இதுவே உங்கள் அளவுகோலாக இருக்க வேண்டும்; ஆன்மீகப் பயிற்சி என்னவாக இருக்க வேண்டும், எதுவாக இருக்கக்கூடாது என்பதிலும்கூட.

அதைக் கேட்டு, கலாமாக்கள் மகிழ்ச்சியடைந்தனர், திறந்த மனதுடன், சுதந்திரமான விசாரணையின் உணர்வைத் தழுவி, தங்கள் சந்தேகங்களைத் தெளிவுபடுத்துவதற்குக் கேள்விகளைக் கேட்டு, புத்தரின் போதனைகளை முழு மனதுடன் ஏற்றுக்கொண்டனர்.

இந்தியாவின் பீகார் மாநிலம் கேசரியாவில் உள்ள புத்த ஸ்தூபி, புத்தர் கலாமா சுட்டா சொற்பொழிவு செய்த இடம்

3. புத்தர்

புத்தரைப் பற்றிய சில பொதுவான கேள்விகள், இங்கே:

புத்தர் என்றால் என்ன?

"புத்தர்" என்ற சொல்லுக்கு "விழித்தெழுந்தவர் (அல்லது அறிவொளி பெற்றவர்)" என்று பொருள். ஒரு புத்தர் என்பவர், முன்பு நம்மைப் போன்ற ஒரு மனிதராக இருந்தார், அவர் மனதை தூய்மைப்படுத்துதல் மற்றும் தேர்ச்சி பெறுவதன் மூலம் ஆன்மீக வளர்ப்பின் மிக உயர்ந்த உச்சத்தை அடைந்தார், யாராலும் அடைய முடிந்த மிகப்பெரிய முழுமையை அடைந்தார்.

மெய்மையை உணர்ந்து, எல்லாவற்றின் உண்மையான தன்மையை உணர்ந்து உண்மையான மகிழ்ச்சியைக் கண்டவர். அறிவொளியை அடைவதன் மூலம் (எல்லாவற்றின் உண்மையையும் உணர்ந்து), மெய் ஞானமும், இரக்கமும் மற்ற எண்ணற்ற நேர்மறையான குணங்களுக்கிடையில் பூரணப்படுத்தப்படுகின்றன. புத்தராக மாறிய பிறகு, ஒருவர் மானிட (மற்றும் பாலினத்தின்) வரம்புகளைக் கடந்து, ஒரு மானிடன் அல்லது கடவுளை விட மிக உயர்ந்தவராகி, அறுதி அமைதியையும் விடுதலையையும் பெறுகிறார்.

நான் புத்தனாக மாற முடியுமா?

ஒவ்வொரு உணர்வுள்ள உயிரினமும் (நாம் உட்பட) ஞானம் அல்லது புத்தர் நிலையை அடைவதற்கான சாத்தியம் உள்ளது.

பிரகாசமான முழு நிலவு போல, புத்தர்-இயற்கையின் (புத்தத்தை அடைவதற்கான சாத்தியக்கூறுகள்) நம் அனைவருக்கும் சரியான பலன் உள்ளது. அறிவொளிக்கான பாதை, நமது புத்த-இயல்பை மறைத்து பிரகாசிக்கச் செய்யும் அசுத்தங்களின்/இழிதகவு கருமேகங்களை (எதிர்மறை குணங்கள்-முக்கியமாக ஏக்கம், வெறுப்பு மற்றும் அறியாமை) அகற்றுவதாகும்.

எண்ணற்ற புத்தர்கள் ஏற்கனவே உள்ளனர், உண்மையைத் தேடுவதில் ஆர்வமுள்ளவர்கள் இருக்கும் வரை எண்ணற்ற புத்தர்கள் இருப்பார்கள்.

புத்தர் யார்?

புத்தர் மனித வரலாற்றில் தோன்றிய மிகச்சிறந்த குணசாலி, அவர் சிந்தனை, சொல் மற்றும் செயல் ஆகியவற்றில் ஒரு முழுமையான உருவகம். பூமியில் பிறந்தவர்களில் ஒரு அருட்பேறு, புத்திசாலித்தனமான மற்றும் மிகவும் அன்பான நபர். பூமியில் நாம் அனைவரும் எவ்வளவு மேன்மையனவர்களாக மாற முடியும் என்பதற்கு ஒரு எடுத்துக்காட்டு.

"புத்தர்" என்பது வட இந்தியாவில் (இன்றைய நேபாளம்) 2,500 ஆண்டுகளுக்கு முன்பு (கிமு 563 இல்) பிறந்த வரலாற்று சாக்யமுனி புத்தரைக் குறிக்கிறது. அவர் நமது உலகத்திற்கு புத்த மதத்தை நிறுவியவராகக் கருதப்படுகிறார்.

அவர் ஒரு உன்னதமான சாக்கிய இளவரசன் (சித்தார்த்த கௌதமர்), பரம்பரை செல்வமாக முழு சாம்ராஜ்யத்தையும் கொண்டிருந்தார், அவர் தனது 29 வயதில் அதைத் துறந்து, அறிவொளியைத் தேடி (மெய் உணர்தலுக்காகவும், அனைவரின் உண்மையான மகிழ்ச்சிகாகவும் மற்றும் அனைத்து உயிரினங்களின் மீதும் கருணை காட்டினார்..

அவர் தனது 35வது வயதில் ஞானம் பெற்ற பிறகு, தன்னிடம் இருந்து கற்றுக்கொள்ள விரும்பும் அனைவருக்கும் 45 ஆண்டுகளாக ஊக்கமளிக்கும் உண்மையைப் பகிர்ந்துகொண்டார். அவர் தனது 80வது வயதில் பரிநிர்வாணத்தின் ஆழ்ந்த அமைதியில் காலமானார்.

அவர் தனது ஞானத்தாலும் கருணையாலும் அனைத்துத் தரப்பு மக்களையும் எப்படித் உடன் இழைந்தார் என்ற எழுச்சியூட்டும் கதைகளால் அவரது வாழ்க்கை நிறைந்துள்ளது..

புத்தர் என்ன போதித்தார்?

புத்தரின் செய்தி மகிழ்ச்சியான ஒன்று. அவர் சுதந்திரத்தின் விலைமதிப்பற்ற பொக்கிஷத்தை மெய்மையில் கண்டுபிடித்தார், அந்த பொக்கிஷத்திற்கு நம்மை வழிநடத்தும் வழியை எவ்வாறு பின்பற்றுவது என்றும் கற்றுக் கொடுத்தார்.

நாம் ஆழமான அறியாமை இருளில் இருக்கிறோம் என்று அவர் நமக்குச் சொன்னாலும், ஒளியை நோக்கிச் செல்லும் பாதையையும் அவர் நமக்குக் காண்பித்தார்.

நிஜமற்ற கனவுகளின் வாழ்க்கையிலிருந்து, அனைவரையும் நேசிக்கும் மற்றும் வெறுக்காத உயர்ந்த மெய்ஞானவாழ்க்கைக்கு நாம் உயர வேண்டும் என்று அவர் விரும்புகிறார்.

அவரது வேண்டுகோள் உலகளாவியது, ஏனென்றால் அவர் பகுத்தறிவுக்கும், உண்மையான மகிழ்ச்சிக்கான உலகளாவிய தேடலுக்கும் அழைக்கிறார்.

அவர் தனிப்பட்ட அனுபவத்தின் முக்கியமான சோதனைக்கு மெய்மையை வைத்தார், அவருடைய போதனைகளையே ஐயுறவு சந்தேகிக்க அனைவரையும் ஊக்குவித்தார், பெரிய/மகா ஐயுறவுகளை தீர்த்து வைப்பதன் மூலம் பெரிய/மகா உணர்தல்கள் எழும் என்று நம்பினார்.

நம்மைப் பற்றி நாம் கவனமாக இருக்கவும், விழித்திருக்கவும், அவரைப் போலவே உண்மையான மகிழ்ச்சியைத் தேடவும், கண்டுபிடிக்கவும் அவர் கற்றுக் கொடுத்தார்.

புத்தர் எனக்கு எப்படி உதவ முடியும்?

புத்தர் ஆன்மீகத் தேடலின் (அறிவொளி) இலக்கை தானே அடைந்ததால் அவர் ஒரு ஆன்மீக ஞானி . இருப்பினும், நாமும் ஞானம் அடையும் போது, நமக்கு நிறைய உதவி தேவைப்படலாம் என்பதை அவரால் கணிக்க முடிந்தது.

கருணையின் காரணமாக, அவர் தனது வாழ்நாள் முழுவதையும் தன்னிடமிருந்து கற்றுக்கொள்ள விரும்பும் அனைவருக்கும் வழிகாட்டியாக தன்னை அர்ப்பணித்தார், நித்திய பேரின்பத்திற்குச் செல்வதற்கு முன் கற்பிக்க வேண்டிய அனைத்தையும் கற்பித்தார். உண்மையான மகிழ்ச்சிக்கான பாதையை நமக்குக் காண்பிப்பதில் அவர் மிகவும் புத்திசாலி என்பதை நிரூபித்தார். நாம் நம் இதயங்களையும் மனதையும் திறந்து வைத்திருக்கும் வரை, புத்தர் இன்னும் தனது விலைமதிப்பற்ற போதனைகள் மூலம் நம்மை ஊக்குவிக்கிறார்.

புத்தர் இப்போது எங்கே இருக்கிறார்?

புத்தர்கள் மூன்று உடல்கள் (திரிகாயா) அல்லது இருப்பின் அம்சங்களைக் கொண்டவர்கள் என்று விவரிக்கப்படுகிறார்கள், இருப்பினும் அவை அறுதி உண்மையில் , ஒன்று அனைத்திலும் மற்றும் அனைத்தும் ஒன்றில்:

1. மெய்மை உடல்
2. பேரின்ப உடல்
3. வெளிப்பாடு உடல் (உடல்கள்)

புத்தர்களின் மெய்மை உடல்

புத்தரின் மெய்மை உடல் (தர்மகாயா) என்பது தர்மத்தின் (மெய்மையே) உருவகமாகும், இது எல்லா இடங்களிலும் நித்தியமானது, பிரபஞ்சத்தின் இயற்கை விதிகள் மற்றும் இந்த இயற்கை விதி செயல்பாடுகளில் வெளிப்படுகிறது. சில சமயங்களில் நாம் அமைதியாகவும் அனைவருடனும

ஒன்றாக இருக்கும்போது இந்த அற்புதமான யதார்த்தத்தின் ஒரு கணப் பார்வையைப் பெறுவோம். இந்த உண்மையான உடல் எல்லாவற்றிலும் உள்ளது, ஆனால் அது வடிவம் மற்றும் உருவத்திற்கு அப்பாற்பட்டது. இது மத்திய மற்றும் உலகளாவிய புத்தரான வைரோசன புத்தர் என்று குறிக்கப்படுகிறது. இவர் இங்கு இப்பொழுதும் மெய்மையை பிரசங்கிப்பவர். அவர் பல வடிவங்களில் வெளிப்படுவதால் ஒரே நேரத்தில் ஒருவராகவும் பலராகவும் இருக்கிறார். அவரைப் பார்க்கவோ, கேட்கவோ இயலாமை என்பது நமது மன கீழ்மைகளால் ஏற்படுகிறது.

புத்தர் போதித்தார், "தர்மத்தை (உண்மையை) பார்ப்பவர் புத்தரைப் பார்க்கிறார். புத்தரைப் பார்ப்பவர் தர்மத்தைப் பார்க்கிறார். ஒரு புத்தர் உண்மையை உணர்ந்து உண்மைக்கு சமமாகிறார்.

பல புத்தர்கள் இருந்தாலும், எல்லா புத்தர்களும் ஒரே மாதிரியானவர்கள், தர்மகாயத்தில் ஒருவருக்கொருவர் வேறுபட்டவர்கள் அல்ல, இது மெய்மையின் ஒருமை. தர்மகாயம் சம்போகாய மற்றும் நிர்மனகாயாவுடன் ஒரே நேரத்தில் உள்ளது. ("புத்தர்களின் பேரின்ப உடல்" மற்றும் "புத்தர்களின் வெளிப்பாடு உடல்" பார்க்கவும்)

புத்தரை நிலா என்றால், தர்மகாயா இரவில் பிரகாசிக்கும் சந்திரனின் கதிர்களைப் போன்றது. இந்த ஒளிக் கதிர்கள் கண்ணுக்குத் தெரியாமல் இருக்கலாம், ஏனெனில் அவை விண்வெளியின் இருளை ஒளிரச் செய்யாது, ஆனால் அவை எல்லா இடங்களிலும் முழுமையாகப் பரவி இருக்கின்றன.

புத்தர்களின் பேரின்ப உடல்

புத்தரின் (சம்போகாயா) அல்லது ரோகனா புத்தரின் பேரின்ப உடல் புத்தரின் அற்புதமான ஆனந்தமான வெகுமதி உடலாகும். ஒவ்வொரு புத்தரும் சத்தியத்தில் மகிழ்ச்சி அடைவதிலும், உண்மையைக் கற்பிப்பதிலும், மற்றவர்களை உண்மையை உணர வழிவகுப்பதிலும் இது ஒரு அம்சமாகும். ஒவ்வொரு புத்தரும் பரிபூரண மெய் ஞானத்தையும் இரக்கத்தையும் அடைய எண்ணற்ற யுகங்களாகப் பயிற்சி செய்திருப்பதால், ஒவ்வொருவருக்கும் சம்போகாயாவில் கூறப்பட்டுள்ளபடி அளவிட முடியாத அமைதியும், தகுதியும், மகிழ்ச்சியும் உள்ளது. புத்தர்கள் பொதுவாக மனிதர்களிடையே இந்த வடிவத்தில் தோன்றுவதில்லை, ஏனெனில் அவற்றை இந்த வழியில் உணர நமக்கு திறமைகள் இல்லை. அதற்கு பதிலாக, அவை நிர்மனாகாயாக்களாக வெளிப்படுகின்றன ("புத்தர்களின் வெளிப்பாடு உடல்" பார்க்கவும்).

புத்தரைப் பிரதிநிதித்துவப்படுத்தும் சந்திரனுடன், சம்போகாயமானது மேகங்கள் இல்லாத முழு நிலவு அதன் மொத்தப் பிரமாண்டத்தில் பிரகாசமாக பிரகாசிக்கிறது.

புத்தர்களின் வெளிப்பாடு உடல்

நம் உலகில், புத்தரின் வெளிப்பாடு உடல் (நிர்மானகயா), வரலாற்று சாக்யமுனி புத்தரின் மாற்றப்பட்ட உடலுக்கு, ஒரு எடுத்துக்காட்டு. அது மனித உருவில் வெளிப்பட்ட புத்தர். ஒரு புத்தர் பல உயிரினங்களுக்கு உண்மையைக் கற்பிக்க ஒரே நேரத்தில் பல வடிவங்களில் வெளிப்பட முடியும்.

பரிபூரணத்தை அடைந்த பிறகு, புத்தரின் திறன்கள் சாதாரண மக்கள் திறன்களுக்கு அப்பாற்பட்டவை. இரக்கத்தின் காரணமாக, ஒரு புத்தர் நாம் தொடர்புபடுத்தக்கூடிய வடிவத்தில் (சம்போகயாயாவுக்குப் பதிலாக - "புத்தர்களின் பேரின்ப உடல்" என்பதைப் பார்க்கவும்)தோன்றவும் , உதாரணமாக இருக்கவும், பலருக்கு உண்மையைக் கற்பிக்கவும் தேர்வு செய்கிறார்.

புத்தர் பரிநிர்வாணத்தில் நுழைந்தபோது, அவரது உடல் மட்டுமே இறந்தது. தர்மகாயா, சம்பகாயா மற்றும் பிற நிர்மாணகாயங்களின் வடிவத்தில் அவரது ஞானத்தின் சாராம்சம் இன்னும் உள்ளது. இன்று, புத்தரின் வெளிப்படையான உடல் சார்ந்த நினைவுச்சின்னங்கள் உலகெங்கிலும் உள்ள ஸ்தூபங்களில் பொறிக்கப்பட்டுள்ளன.

புத்தரைக் குறிக்கும் சந்திரனுடன், நிர்மானகயா ஒரு ஏரியில் சந்திரனின் பிரதிபலிப்பு போன்றது. ஒரு சந்திரன் ஒரே நேரத்தில் பல ஏரிகளில் வித்தியாசமாக பிரதிபலிக்க முடியும்.

4. நான்கு உன்னத மெய்மைகள்

புத்தரின் போதனைகள் நான்கு உன்னத உண்மைகளில் கூறப்பட்ட சத்தியத்தின் உறுதியான அடித்தளத்தை அடிப்படையாகக் கொண்டவை, இது அனைவரும் அறியக்கூடியது. அவை வெறும் நம்பிக்கையின் அடிப்படையில் ஏற்றுக்கொள்ளப்பட்ட அறியப்படாத நம்பிக்கைகள் அல்ல. அவை நம் சுய, மறுக்க முடியாத நேரடி மனித அனுபவத்தின் மையத்திலிருந்து தொடங்குகின்றன.

நான்கு உன்னத உண்மைகள் என்ன?

உண்மையான மகிழ்ச்சிக்கான தெளிவான நேரடியான பாதையை நமக்குக் காண்பிப்பதில் மட்டுமே புத்தர் ஆர்வம் காட்டினார். நான்கு உன்னத உண்மைகள் புத்தரின் போதனைகளின் இதயத்தை போன்றது. அவைகள் உன்னதமானது, ஏனென்றால் அவைகள் உன்னதமானவர்களால் கற்பிக்கப்பட்டது- உண்மையை நேரடியாக உணர்ந்தவர்களால். அவற்றைப் புரிந்துகொள்வதன் மூலம் நாம் மேன்மை அடைகிறோம்.

முதல் உன்னத மெய்மை :
துக்காவின் மெய்மை

வாழ்க்கை அதிருப்திகள் நிறைந்தது -

நாம் பல அதிருப்தியான அனுபவங்களுக்கு உள்ளாகிறோம் (துக்கா) அவை அடையாளம் காணப்பட வேண்டும்:

பிறப்பு, முதுமை, நோய், இறப்பு, நாம் விரும்புபவரை விட்டு விலகுதல் / நாம் விரும்புவது, விரும்பாதவர்களுடன் இருப்பது / விரும்பாதவற்றுடன் இருப்பது, எதை அடையத் தவறுவது அல்லது நாம் விரும்புகிறவர்களுடன் இருப்பது/ விரும்பியவற்றுடன் இருப்பது...

இரண்டாவது உன்னத மெய்மை :
துக்கா தோற்றத்தின் மெய்மை

அதிருப்திக்கான காரணங்கள் -
இந்த திருப்தியற்ற அனுபவங்கள் அடையாளம் காணப்பட வேண்டிய காரணங்களைக் கொண்டுள்ளன:
ஏக்கம் (பேராசை அல்லது அடக்க முடியாத ஆசை),
வெறுப்பு (பகைமை அல்லது விரும்பாதது) மற்றும்
அறியாமை (மாயை/மருட்சி அல்லது ஞானமின்மை)

மூன்றாவது உன்னத மெய்மை :
துக்காவின் முடிவின் உண்மை - வீடுபேற்றுநிலை

வாழ்க்கை அதிருப்தி இல்லாமல் இருக்கலாம் -
திருப்தியற்ற அனுபவங்கள் இல்லாத அமைதியான நிலை உள்ளது:
அறிவொளி அல்லது வீடுபேற்றுநிலை (ஏங்குதல், வெறுப்பு மற்றும் அறியாமை ஆகியவற்றை நீக்குதல்)

நான்காவது உன்னத மெய்மை :

துக்காவின் முடிவுக்கு இட்டுச் செல்லும் பாதையின் மெய்மை

அதிருப்தியின்றி வாழ்வதற்கான வழி -

இந்த உயர்ந்த அமைதி மற்றும் உண்மையான மகிழ்ச்சியின் நிலைக்கு நம்மை அழைத்துச் செல்ல ஒரு வழி உள்ளது:

உன்னத எட்டு மடங்கு பாதை/ உன்னத எண் வகுப்பு வழி /உன்னத எண் வழி

புத்தத்தில் ஏன் இவ்வளவு "துன்பம்" இருக்கிறது?

புத்தத்தில் "துன்பம்" என்ற வார்த்தையின் பயன்பாடு தவறான வழிகாட்டி .பௌத்தர்கள் "வாழ்க்கை துன்பம்" என்று கூறுவதைக் கேட்கும்போது, அதன் அர்த்தம் என்ன என்று நாம் ஆச்சரியப்படுகிறோம், ஏனென்றால் நம்மில் பெரும்பாலோர் தீவிர துயரத்தை அனுபவிப்பதில்லை.

புத்தர் பயன்படுத்திய உண்மையான வார்த்தை "துக்கா", அதாவது "நம் வாழ்க்கையில் பல திருப்தியற்ற சூழ்நிலைகள் இருப்பதால், நம் வாழ்க்கையில் விஷயங்கள் முற்றிலும் சரியாக இல்லை; ஏதோ எப்போதும் தவறாக தெரிகிறது. புத்தத்தில் "துன்பம்" என்பது பெரிய மற்றும் சிறிய அனைத்து வகையான அதிருப்திகளையும் குறிக்கிறது.

மகிழ்ச்சி என்றால் என்ன?

அறிவொளியில்லாமல் வாழ்வது என்பது அதிக அல்லது குறைந்த அளவிலான அதிருப்தியை அனுபவிப்பதாகும்.

வாழ்க்கையில் களிப்பும் மகிழ்ச்சியும் இருப்பதை புத்தர் ஒருபோதும் மறுக்கவில்லை. ஆனால் அதிருப்தி என்ற தொல்லைதரும் பிரச்சனை எப்போதும் சுற்றிக்கொண்டே இருக்கும், அதே சமயம் மகிழ்ச்சி எப்பொழுதும் விரைவாக கடந்து செல்லும். நம் வாழ்வில் இதுதான் ஒரே பிரச்சனை. ஆனால் நாம் எதிர்கொள்ளும் அனைத்து பிரச்சனைகளையும் உள்ளடக்கியதால் இது மிகப்பெரிய பிரச்சனையும் கூட. துன்பம் என்பது வாழ்வின் தவிர்க்க முடியாத ஒரு பகுதியாகும், இது அனைவரும் அனுபவிக்கும் மற்றும் தவிர்க்க விரும்பும் ஒரு பிரச்சனை என்றும், நிர்வாணநிலை/ வீடுபேற்றுநிலை (உண்மையான மகிழ்ச்சி) அடைவதன் மூலம் அதைக் கடக்க முடியும் என்றும் புத்தர் நம் கவனத்தை ஈர்த்தார்.

நான்கு உன்னத மெய்மைகள் அவநம்பிக்கையா?

புத்தம் ஒரு அவநம்பிக்கையான மதம் என்று சிலர் கூறுகிறார்கள் - ஏனென்றால் அது துன்பங்களைப் பற்றி தொடர்ந்து பேசுகிறது. இது நிச்சயமாக உண்மைக்குப் புறம்பானது. ஆனால் புத்தம் ஒரு கண்மூடித்தனமான நம்பிக்கை சார்த்த மதமும் அல்ல. எவ்வாறாயினும், இது மெய்ம்மை சார்ந்த யதார்த்தமானது மற்றும் நம்பிக்கை நிறைந்தது, ஏனெனில் உண்மையான மகிழ்ச்சியானது தனிப்பட்ட முயற்சியின் மூலம் அடையக்கூடியது, ஒருவரே, ஒருவர் வாழ்க்கையின் ஆசிரியர்.

நாம் நினைத்தாலும் நினைக்காவிட்டாலும் பிரச்சனைகள் மற்றும் சிரமங்கள் உள்ளன. ஆனால் அவற்றை

நேர்மையாக ஏற்றுக்கொள்வதன் மூலம் மட்டுமே அவற்றைத் தீர்ப்பது சாத்தியமாகும். புத்தர் வாழ்க்கை, மறுக்க முடியாத அதிருப்திகளால் நிரம்பியுள்ளது, என்ற உண்மையைக் கூறினார், அதனால் அவர் நமக்கு அதிருப்தியிலிருந்து உண்மையான மகிழ்ச்சியை நோக்கிய வழியைக் கற்பிக்கிறார்!

நான்கு உன்னத மெய்மைகள் எப்படி முக்கியம்?

நான்கு உன்னத மெய்மைகளை உணர்ந்துகொள்வது, புத்த மத வாழ்க்கையின் மையப் பணியாகும், ஏனெனில் அவை உண்மையான மகிழ்ச்சிக்கு வழிவகுக்கும். நான்கு உன்னத மெய்மைகளின் அமைப்பு மிகவும் எளிமையான, தர்க்கரீதியான, அறிவியல் மற்றும் முறையான சிக்கலைத் தீர்க்கும் சூத்திரம் என்பதை நீங்களே கண்டுபிடிப்பீர்கள். இந்த உண்மைகள் துன்பத்தின் இறுதிப் பிரச்சனையைத் தீர்ப்பதால், அவை மிகவும் முக்கியமானவை.

நான்கு உன்னத மெய்மைகள் எவ்வாறு செயல்படுகின்றன?

முதல் மெய்மை நமது துன்பத்தின் பிரச்சனையைக் கூறுகிறது.
இரண்டாவது பிரச்சினைக்கான காரணத்தைக் கூறுகிறது.
மூன்றாவது பிரச்சனை இல்லாத சிறந்த நிலையைக் கூறுகிறது,
மற்றும் நான்காவது மெய்மை இந்த சிறந்த நிலையை எவ்வாறு அடைய முடியும் என்பதைக் கூறுகிறது.

நான்கு உன்னத மெய்மைகளின் தோற்றம் என்ன?

2,500 ஆண்டுகளுக்கு முன்பு புத்தர் ஞானம் பெற்ற பிறகு (இன்றைய பெனாரஸுக்கு அருகில் உள்ள பண்டைய இந்தியாவின்) இசிபதானாவில் உள்ள மான் பூங்காவில் தனது முதல் பிரசங்கத்தின் போது நான்கு உன்னத மெய்மைகள் முதலில் போதிக்கப்பட்டன. தம்மசக்கப்பவட்டன சுட்டா பிரசங்கம் (தர்மத்தின் சக்கரத்தை இயக்குதலின் தொடக்கம்) என்று அழைக்கப்பட்டது. புத்தர் பின்னர் வழங்கிய அனைத்து போதனைகளும் நான்கு உன்னத மெய்மைகளின் ஆழமான விரிவாக்கங்கள் அல்லது அதற்கு வழிவகுத்த போதனைகள். அவற்றை வெவ்வேறு நபர்களுக்குக் கற்பிப்பதில் அவர் பலவிதமான திறமையான வழிமுறைகளையும் மற்றும் கற்பித்தல் முறைகளையும் பயன்படுத்தினார்.

5. உன்னத எண் வழி

உன்னத எண்பகுப்பு வழி என்றால் என்ன?

உன்னத எண் வழி (நான்காவது உன்னத மெய்மை) என்பது அதிருப்தியை அகற்றி உண்மையான மகிழ்ச்சியை அடைவதற்கான ஒரு முறையான மற்றும் முழுமையான சூத்திரமாகும். நல்லொழுக்க வாழ்வுக்கும், புரிதல் தெளிவுக்கும், மெய்ஞானம் பெறுவதற்கும் தேவையான அனைத்தும் இதில் அடங்கியுள்ளன. உன்னத எட்டு மடங்கு வழியின் எட்டு காரணிகளை மூன்று அம்சங்களாகப் பிரிக்கலாம், அவை மும்மடி/மும்மடங்கு பயிற்சி என்று அழைக்கப்படுகின்றன:

தார்மீக நடத்தை:

- சரியான பேச்சு
- சரியான நடவடிக்கை
- சரியான வாழ்வாதாரம்

மன வளர்ச்சி/விரிவு:

- சரியான முயற்சி
- சரியான விழிப்புணர்வு.
- சரியான ஒருமுகச் சிந்தனை/கூர் நோக்கு

மெய்ஞானம்:

* சரியான புரிதல்
* சரியான சிந்தனை/ஆய்வாராய்வு

சரியான பேச்சு/உரையாடல்

மற்றவர்கள் மீது நம் கோபத்தையோ விரக்தியையோ வெளிப்படுத்துவதற்குப் பதிலாக அவர்களின் நல்ல குணங்கள் மற்றும் சாதனைகளைக் கவனித்து, கருத்து தெரிவிக்க நாம் முயற்சி செய்ய வேண்டும். நாம் மற்றவர்களுக்கு தார்மீக ஆதரவை வழங்கலாம், துயரத்தின் போது அவர்களுக்கு ஆறுதல் கூறலாம், அவர்களுடன் தர்மத்தைப் பற்றி பகிர்ந்து கொள்ளலாம். பேச்சு மற்றவர்களை ஆக்கத்திரிபு உண்டுபண்ணும் ஒரு சக்திவாய்ந்த கருவி. புத்திசாலித்தனமாகப் பயன்படுத்தினால், பலர் பயனடைவார்கள். சரியான பேச்சில் பின்வருவனவற்றைத் தவிர்ப்பது அடங்கும்:

* பொய்
* கதைப்பேசுதல்
* வெறுப்பான பேச்சு
* சும்மா/ பயனற்ற பேச்சு

நாம் கண்டிப்பாக செய்ய வேண்டியது

* பொருத்தமான போது பாராட்டுங்கள்
* ஆக்கபூர்வமாக மட்டுமே விமர்சிக்கவும்
* மெய்மையைப் பரப்புங்கள்
* சிறந்ததாக்கு /குணப்படுத்தும் வார்த்தைகளைச் சொல்லுங்கள்

• தேவைப்படும்போது அமைதியாக இருங்கள்

சரியான நடவடிக்கை

சரியான செயலின் நடைமுறையானது மற்றவர்களின் உயிர், சொத்து மற்றும் தனிப்பட்ட உறவுகளுக்கான மரியாதையை உள்ளடக்கியது. இது சுயக்கட்டுப்பாடு மற்றும் மற்றவர்களின் உரிமைகளை கவனத்தில் கொண்ட ஒரு குணாதிசயத்தை உருவாக்க உதவுகிறது. சரியான நடவடிக்கையில் பின்வருவனவற்றைத் தவிர்ப்பது அடங்கும்:
• கொலை
• திருடுதல்
• பாலியல் தவறான நடத்தை

சரியான செயல் என்பது மற்றவர்களுக்கு நன்மை செய்யும் வகையில் உடல் ரீதியாக செயல்படுவதையும் உள்ளடக்கியது. ஆபத்து அல்லது துன்பத்திலிருந்து மற்றவர்களுக்கு உதவுதல் மற்றும் மீட்பது இதில் அடங்கும்.

சரியான வாழ்வாதாரம்

ஒரு சரியான வாழ்வாதாரம் என்பது மற்றவர்களுக்கு தீங்கு விளைவிக்காத வகையில் ஒருவரின் வாழ்க்கையை வாழ்வதற்கான ஒரு வழியாகும். ஒருவரின் தொழிலைத் தேர்ந்தெடுப்பதில், அனைத்து உயிரினங்களின் வாழ்க்கை மற்றும் நலனுக்கு மரியாதை காட்டும் தொழிலைத் தேர்ந்தெடுக்கவேண்டும் .

ஒருவர் வாழ்வதற்கு தகுதியற்ற வழிமுறையாகக், புத்தர் கருதும் ஐந்து தொழில்கள் உள்ளன. மற்றவர்களுக்கு துன்பம் மற்றும் மகிழ்ச்சியின்மை அல்லது சமூகத்தில் ஒற்றுமையின்மையை உருவாக்குவதால், அவை தவிர்க்கப்பட வேண்டும். தவிர்க்கப்பட வேண்டிய தொழில்/வர்த்தகம்:

• கொடிய ஆயுதங்கள் வர்த்தகம்

• விலங்குகள் (இறைச்சிக்காக கொல்வது) வர்த்தகம்

• அடிமை வர்த்தகம்

• போதை/மதி மயக்கும் பொருள் வர்த்தகம்

• விஷம் வர்த்தகம்

சரியான முயற்சி

நல்லொழுக்கங்களை வளர்த்துக் கொள்ள அல்லது ஒருவரின் மனத்திறனை வளர்த்துக் கொள்ள முயற்சி தேவை, ஏனென்றால் ஒருவர் அடிக்கடி திசைதிருப்பப்படுகிறார் அல்லது எளிதான வழியை எடுக்க உந்தபடுகிறார். உண்மையான மகிழ்ச்சியையும் ஞானத்தையும் அடைவது ஒருவரின் சொந்த முயற்சியைப் பொறுத்தது என்று புத்தர் போதித்தார். முயற்சியே அனைத்து சாதனைகளுக்கும் ஆணிவேர். எனவே, புத்தரின் சாதனை எவ்வளவு பெரியதாக இருந்தாலும், அல்லது அவரது போதனைகள் எவ்வளவு சிறந்ததாக இருந்தாலும், விரும்பிய முடிவுகளைப் பெறுவதற்கு ஒருவர் அவற்றை நடைமுறைப்படுத்த வேண்டும். பயிற்சி செய்ய நான்கு வகையான முயற்சிகள் உள்ளன:

1. எழும் ஆரோக்கியமற்ற எண்ணங்களை (ஏங்கம், வெறுப்பு மற்றும் அறியாமை) அகற்றும் முயற்சி

2. ஆரோக்கியமற்ற எண்ணங்கள் எழுவதைத் தடுக்கும் முயற்சி

3. எழும் ஆரோக்கியமான எண்ணங்களைத் தக்கவைக்க முயற்சி (தாராள மனப்பான்மை, அன்பான இரக்கம் மற்றும் மெய் ஞானம், மற்றவர்களால் பாராட்டப்படாவிட்டாலும் கூட)

4. ஆரோக்கியமான எண்ணங்களை வளர்ப்பதற்கான முயற்சி

சரியான விழிப்புணர்வு

விழிப்புணர்வு நினைவாற்றல் என்பது ஒவ்வொருவரின் அன்றாட நடவடிக்கைகளிலும் இன்றியமையாத குணம். எண்ணங்கள், வார்த்தைகள் மற்றும் செயல்களின் அடிப்படையில் நன்மை பயக்கும் என்பதை நினைவில் வைத்துக் கொள்ளவும், விழிப்புணர்வை கவனத்தில் வைத்திருக்கவும், இது மனநல காரணியாகும். உதாரணமாக, நாம் காலையில் எழுந்ததும், "இன்று நான் மற்றவர்களுக்கு தீங்கு செய்யமாட்டேன் , முடிந்தவரை அவர்களுக்கு நன்மை செய்வேன்" என்று தீர்மானிக்கலாம். விழிப்புணர்வு, இந்த எண்ணத்தை நாள் முழுவதும் நம் மனதில் வைத்திருக்க உதவுகிறது, மேலும் நமது அன்றாட செயல்கள் இந்த உந்துதலுக்கு ஒத்துப்போகிறதா என்பதை நமக்கு உணர்த்துகிறது. அசம்பாவிதமோ, அவநம்பிக்கையோ ஏற்படாமல் இருக்க என்ன நடக்கிறது என்பதை மனம் தொடர்ந்து அறிந்திருக்க வேண்டும்.

ஒருவர் மெய் ஞானத்தை நோக்கி முன்னேற வேண்டுமானால், முழுமையான மனப்பக்குவம் அவசியம்.

மனதைக் கட்டுப்படுத்தி, கவனச்சிதறல்களிலிருந்து பாதுகாக்க வேண்டும். பேராசை மற்றும் கோபம் உணர்வுடன் தவிர்க்கப்பட வேண்டும். மன திறனில் கவனம் செலுத்த வேண்டும், ஏனென்றால் மனதின் மூலமே எல்லாவற்றையும் புரிந்துகொள்வதும், விளக்குவதும், அறிந்து புரிந்துகொள்வதும் ஆகும். நிலையான மகிழ்ச்சியை அடைய வேண்டுமானால், ஒழுக்கமற்ற மனதை முதலில் கண்காணிக்க வேண்டும். மனதை அடக்குவது என்பது, உலகத்தை அடக்குவதிற்கு சமமானது .

சரியான செறிவு/ஒருமுகச் சிந்தனை

தியானம் மனதை ஒரு பொருளின் மீது கவனம் செலுத்தவும், அலைக்கழிக்காமல் அந்த பொருளின் மீது கவனம் நிலைத்திருக்கவும் உதவுகிறது. ஒருமுகச் சிந்தனைக்கான பொருள், ஒரு பூ போன்ற ஒரு பொருள் அல்லது அன்பான கருணை போன்ற ஒரு குணமாக இருக்கலாம். ஒரு நாளைக்கு பதினைந்து நிமிடங்கள் தியானம் செய்தால் கூட அதன் பலன்களை அனுபவிக்கத் தொடங்குவார். தியானத்தின் வழக்கமான பயிற்சி ஒரு அமைதியான மற்றும் ஒருமுகப்படுத்தப்பட்ட மனதை வளர்க்க உதவுகிறது, மேலும் ஒருவரை மெய் ஞானத்தை அடைவதற்கும், இறுதியில், அறிவொளி ஞானம் பெறுவதற்கும் தயார்படுத்துகிறது.

சரியான புரிதல்

சரியான புரிதல் என்பது எல்லாப் பொருட்களையும் அவை என்னவாகத் தோன்றுகிறதோ அதைக் காட்டிலும்

உண்மையில் இருப்பதைப்/ மெய்யியல்பை பார்ப்பதாகும். இதுபோன்ற விஷயங்களைப் பார்க்க, ஒருவர் தனது சுயத்தையும் சூழ்நிலையையும் கவனமாகக் கவனிக்க வேண்டும், கவனிக்கப்பட்டவற்றின் அர்த்தத்தை ஆராய வேண்டும். பயிற்சியின் மூலம் ஒருவர் உணரும் அனைத்து விஷயங்களையும் பற்றிய உண்மையான அறிவு இது.

சரியான புரிதலைப் பெறுவதற்கு ஆராயும் மற்றும் பகுப்பாய்வு மனப்பான்மை முக்கியமானது. செவிவழிச் செய்திகள், மரபுகள் அல்லது அதிகார உண்மையை நம்பாமல், நமது சொந்த பக்கச்சார்பற்ற மற்றும் புறநிலை அனுபவத்தின் வெளிச்சத்தில் உண்மையைத் தீர்ப்பதற்கு புத்தர் நமக்குக் கற்பித்தார். ஒருவர் மற்றவரின் அறிவுரையின் பேரில் தங்கமாக மின்னும் எந்த உலோகத்தையும் தங்கமாக கண்மூடித்தனமாக ஏற்றுக் கொள்ளாமல், அதன் பண்புகளை தானே சோதித்து அறிந்து கொள்வது போல், ஒருவர் தனது சொந்த அனுபவத்தால் அதை சோதிக்காமல் கேள்விப்பட்டதை ஏற்றுக்கொள்ளக்கூடாது என்று புத்தர் போதித்தார்.

ஆயினும்கூட, உண்மையைத் தேடுவதில், வழிகாட்டுதலுக்காக புத்தரின் போதனைகளுக்குத் திரும்பிப்பார்ப்பது நல்லது. இது சரியான புரிதலை வளர்ப்பதற்கான முதல் படியாகும். புத்தரின் போதனைகளையும், தகுதி வாய்ந்த ஆசிரியர்களின் விளக்கங்களையும் கேட்டுப் படிக்க வேண்டும். ஆனால் புத்தரின் போதனைகளைக் கேட்பது மட்டும் போதாது. ஒருவர் விழிப்புடன் இருக்க வேண்டும் மற்றும் அவற்றை

நினைவில் வைத்து பயிற்சி செய்ய தீவிரமாக முயற்சிக்க வேண்டும்.

புத்தர், சரியான புரிதலை வளர்த்துக்கொள்வது, பார்வையற்ற ஒருவன் பார்வையைத் திரும்பப் பெறுவது போன்றது என்றும், இப்போது அவன் விரும்புவதையும் விரும்பாததையும் துல்லியமாகப் பார்க்க முடிகிறது என்று கூறுகிறார்.

சரியான சிந்தனை

எண்ணங்கள் ஒருவரின் வார்த்தைகளையும் செயல்களையும் பாதிக்கின்றன. பேராசை அல்லது கோபத்தால் ஒருவர் பேசினால் அல்லது செயல்பட்டால், ஒருவர் தவறாகப் பேசுவார் அல்லது அந்த செயல்பட்டால் பாதிக்கப்படுவார். ஒருவர் தனது நடத்தையை மேம்படுத்த விரும்பினால், ஒருவரின் எண்ணங்களைத் தூய்மைப்படுத்துவது அவசியம். சரியான சிந்தனை என்பது நம்மிடம் உள்ள அறிவை எப்படி அனைவரின் நலனுக்காகப் பயன்படுத்த வேண்டும் என்பதை அறிவதே.

சரியான எண்ணம், ஏங்குதல் மற்றும் தவறான விருப்பத்தைத் தவிர்க்கிறது, மேலும் துறத்தல், அன்பான இரக்கம் மற்றும் கருணை போன்ற எண்ணங்களை வளர்க்கிறது. ஏங்குதல் தவிர்க்கப்பட வேண்டும், ஏனென்றால் அதனால் ஒருபோதும் முழுமையாக திருப்தி அடைய முடியாது, அதே நேரத்தில் அது ஆரோக்கியமற்ற செயல்களுக்கு வழிவகுக்கும். துறவு எண்ணம் ஏக்கத்தை நீக்குகிறது, அதே சமயம், அன்பு-தயவு மற்றும் இரக்கம் பற்றிய எண்ணம் தீய எண்ணங்களை நீக்குகின்றன.

6. மும் மாணி சரணம்

நாம் முறையாக பௌத்தர்களாக மாற விரும்பினால், முதல் படியாக மும்மாணிகளிடம் (அல்லது மூன்று மாணிக்கமான புத்தம் , தம்மம் மற்றும் சங்கம்) அடைக்கலம் அடைய வேண்டும். இது புத்தரின் பாதையில் நடப்பதில் ஒருவரின் நம்பிக்கை மற்றும் உறுதியின் வெளிப்பாடாகும். புத்தர் காலத்திலிருந்தே, மும்மாணி அடைக்கலம் பெறுவது ஒருவரை பௌத்தராக அடையாளப்படுத்தியுள்ளது.

அடைக்கலம் அடைவது ஏன்?

உலகை நாம் கவனத்துடன் கவனித்தால், அனைவரும் அனுபவிக்கும் வலிகள், துன்பங்கள் மற்றும் விரக்திகளை நாம் கவனிப்போம். புயலில் சிக்கிய பயணி பாதுகாவலான கட்டிடத்தில் அடைக்கலம் அடைவதைப் போல, இந்த துயரமான நிலைமைகளை முடிவுக்குக் கொண்டுவருவதற்கான வழிகளை நாம் தேடுவோம். ஒரு வலுவான மற்றும் பாதுகாப்பான கட்டிடத்தில் அவர் தங்குமிடம் கண்டால், அவர் புயலில் போராடும் மற்றவர்களையும் தனது கட்டிடத்தில் அடைக்கலம் அடையும்மாறு அழைப்பார். அதேபோல, புத்தர் யார் என்பதையும், துன்பத்தை முடிவுக்குக் கொண்டுவருவதற்கான வழியை மும் மாணிகள் எவ்வாறு

வழங்க முடியும் என்பதையும் ஒருவர் புரிந்துகொண்டால், அவர் பௌத்தராக மாற தேர்வு செய்கிறார். கருணையின் காரணமாக, அவர் மற்றவர்களையும் அதே அடைக்கலம் அடைய ஊக்குவிக்கிறார்.

புத்தம், தம்மம் மற்றும் சங்கம் ஆகியவை மும் மாணிகள் என்று அழைக்கப்படுகின்றன, ஏனெனில் அவை மாணிக்கம்/ இரத்தினம் போன்ற சிறந்த மற்றும் விலைமதிப்பற்ற குணங்களைக் குறிக்கின்றன. கவனமாக பரிசீலித்த பிறகு, இந்த தனித்துவமான குணங்களை நாம் உணர்ந்து, மும் மாணிகள் நம்மை உண்மையான மகிழ்ச்சி மற்றும் ஞானத்தை நோக்கி அழைத்துச் செல்ல முடியும் என்று நம்பினால், நாம் அதில் அடைக்கலம் அடைகிறோம். எனவே, வெறும் நம்பிக்கையால் அல்ல, திறந்த மனப்பான்மையுடனும், விசாரிக்கும் மனப்பான்மையுடனும் புத்தரின் போதனைகளை நாம் பயிற்சி செய்யத் தொடங்குகிறோம்.

புத்தர்

"புத்தர்" என்ற சொல்லுக்கு "முழு அறிவொளி பெற்றவர் (விழித்தெழுந்தவர்)" என்று பொருள். இது மேன்மையான மற்றும் பரிபூரண ஞானம் பெற்றவர்களுக்கு வழங்கப்படும் பட்டம். புத்த மதத்தினர் புத்தரை உயர்ந்த ஒழுக்கம், ஆழ்ந்த ஆன்மீக செறிவு மற்றும் மிக ஆழமான ஞானத்தின் உருவகமாக ஒப்புக்கொள்கிறார்கள். புத்தர் தம்மைப் பின்பற்றுபவர்களால் "பூரணமானவர்" என்றும் அறியப்படுகிறார், ஏனெனில் அவர் அனைத்து ஏக்கம், வெறுப்பு மற்றும் அறியாமை ஆகியவற்றை

45

ஒழித்துவிட்டார். எல்லா தீய செயல்களையும் வென்று, எல்லா துன்பங்களுக்கும் முடிவு கட்டினார்.

புத்தர் "முழு அறிவொளி பெற்றவர்", ஏனெனில் அவர் மெய்மையை உணர்ந்து, மெய்யியல்பை மெய்யாக பார்க்கிறார். அவர் தனது பரிபூரண ஞானத்தின் மூலம் அனைவருக்கும் எது நல்லது எது நல்லதல்ல என்பதை அறிவார். இரக்கத்துடனும், கருணையுடனும், உண்மையான மகிழ்ச்சியை நோக்கிச் செல்லும் வழியை அவர் நமக்குக் காட்டுகிறார்,

புத்தரின் முன்மாதிரியான நடத்தை, பரிபூரண ஞானம் மற்றும் மிகுந்த இரக்கம் ஆகியவை அவரை ஒரு சிறந்த ஆசிரியராக்குகின்றன. திறமையான வழிகளைப் பயன்படுத்தி, அவருடைய போதனைகளை அனைவயும் புரிந்துகொள்ளும் வகையில், அவர் தம்மைப் பின்பற்றுபவர்கள் அனைவரையும் சென்றடைய வல்லவர்.

புத்தர் ஒரு மருத்துவராக

அடைக்கலம் என்பது ஒரு நோய்வாய்ப்பட்ட நபர் குணமடைய நம்பியிருக்கும் மருத்துவர், மருந்து மற்றும் செவிலியருக்கு ஒப்பிடப்படுகிறது. வாழ்க்கை, பல திருப்தியற்ற சூழ்நிலைகளைக் கொண்டிருப்பதால் நோயால் பாதிக்கப்பட்ட நாம் நோயாளிகளைப் போல இருக்கிறோம். ஒரு தீர்வைத் தேடி, நாம் ஒரு தகுதி வாய்ந்த மருத்துவரான புத்தரை அணுகுகிறோம், அவர் நமது ஆன்மீக நோய்களுக்கான காரணங்கள், குழப்பமான அணுகுமுறைகள் மற்றும் அதனால் நாம் செய்த குழப்பமான செயல்கள் ஆகியவற்றைக் கண்டறிகிறார்.

பின்னர் அவர் தம்மம் என்ற மருந்தை பரிந்துரைக்கிறார் ஆன்மீக விடுதலைக்கு வழிவகுக்கும், மெய்யாக்கும் போதனை.

தம்மம்

புத்தர் கற்பித்த தம்மம், (எல்லாவற்றின் மெய்மை போதனை) பிறப்பு மற்றும் இறப்பு சுழற்சியில் துன்புறும் அனைவரின் மீதான கருணையால் கற்பித்தார். எனவே எந்த சுயநல நோக்கமும் இல்லாமல் தம்மம் கற்பிக்கப்படுகிறது. அது நன்றாக கற்பிக்கப்பட்டது, முற்றிலும் நல்லது, தூய்மையானது மற்றும் பிரகாசமானது, அறியாமை என்னும் இருளை அழிக்கும் ஒளியைப் போல, தம்மத்தைப் படித்து, கடைப்பிடிக்கும்போது, அது இப்போதும், எதிர்காலத்திலும்/ இம்மையிலும், மறுமையிலும் பல நன்மைகளைத் தருகிறது.

தர்மம் என்பது வாழ்க்கையின் இயல்புகளைப் பற்றிய போதனை. புத்தரின் இந்த முதன்மையான போதனைகள் திரிபிடகா எனப்படும் தொகுப்பில் உள்ளன. இவை புத்தர் போதித்த பிரசங்கங்கள் (சுட்டா பிடகா), ஒழுங்கு விதிகள் (வினய பிடகா) மற்றும் புத்த தத்துவம் மற்றும் உளவியல் (அபிதர்ம பிடகா) ஆகியவற்றைக் கொண்டிருக்கின்றன.

திரிபிடகா படிப்பதன் மூலம் தம்மத்தைப் பற்றி அறிந்து கொள்கிறோம். தகுதி வாய்ந்த ஆசிரியர்களின் எழுத்துகள் மற்றும் விளக்கங்களிலிருந்தும் நாம் கற்றுக்கொள்ளலாம். படிப்பதன் மூலமும் கேட்பதன் மூலமும் தம்மத்தை நாம் நன்கு அறிந்தவுடன், அதை நடைமுறைபடுத்தி, அதன் உண்மையை நாமே உணர்ந்து கொள்ள வேண்டும். இதன்

பொருள், நமது நடத்தையை தூய்மைப்படுத்துவதும், போதனைகள் நமது சொந்த அனுபவத்தின் ஒரு பகுதியாக மாறும் வரை நம் மனதை பண்படுத்துவது ஆகும்.

மருந்தாக தம்மம்

உயர் அறிவொளி ஞானம் பெற புத்தர் அருளிய மருந்தைப் போன்று தம்மத்தை கடைபிடிக்க வேண்டும். தம்மத்தைக் கற்றுக்கொண்டால் மட்டும் போதாது. நமது அன்றாட வாழ்விலும், மற்றவர்களுடன், நாம் அதை தீவிரமாகப் பயன்படுத்த வேண்டும். குழப்பமான மனப்பான்மைகள் எழும்போது நாம் விழிப்புணர்வுடன் இருக்க முயற்சிக்க வேண்டும் என்பதே இதன் பொருள். பின்னர்தான், நாம் தீர்வுகளைப் உபயோகிறோம், இது நிலைமையை தெளிவாக உணர அனுமதிக்கிறது. நோய்வாய்ப்பட்டவர்கள் மருந்து வைத்திருந்தாலும், அதைப் பயன்படுத்தாவிட்டால், அவர்கள் ஒருபோதும் குணமடைய மாட்டார்கள். இதேபோல், வீட்டில் ஒரு விரிவான ஆலயமும், தர்ம நூல்களின் பெரிய நூலகமும் இருக்கலாம், ஆனால், உதாரணமாக, நமக்கு எரிச்சலூட்டும் ஒருவரைச் சந்திக்கும்போது பொறுமையைக் கடைப்பிடிக்காவிட்டால், தர்மத்தைப் பின்பற்றுவதற்கான உடனடி வாய்ப்பை நாம் இழக்கிறோம்.

சங்கம்

பௌத்தர்கள் அடைக்கலம்புகும் சங்கம் என்பது உன்னதமான துறவிகள் மற்றும் பெண்துறவிகள் (பிக்கு, பிக்குணிகள்) முன்மாதிரியான வாழ்க்கையை நடத்தும் சமூகம். மேலும் மெய்மையின் உண்மையான

தன்மையைப் பற்றிய நுண்ணறிவு பெற்றவர்கள். அவர்களின் வாழ்க்கையும் சாதனைகளும் மற்றவர்களுக்கு அறிவொளி பாதையில் முன்னேற முடியும் என்பதைக் காட்டுகின்றன.

இருப்பினும், சங்கம் என்பது சாதாரண பிக்கு பிக்குணிகளின் மற்றும் ஆன்மீக ரீதியில் சிறந்த ஆண் மற்றும் பெண் பாமரர்களின், நான்கு மடங்கு சமூகத்தை குறிக்கிறது. இருப்பினும் "சங்கம்" பொதுவாக முழுநேர தம் மத்தைப் படிக்கவும், பயிற்சி செய்யவும் மற்றும் கற்பிக்கவும் பாமர வாழ்க்கையைத் துறந்தவர்களுக்காக பயன்படுத்தப்படுகிறது. பிக்கு மற்றும் பிக்குணிகளின், அவர்களின் நல்ல நடத்தை மற்றும் ஆன்மீக நடைமுறையில் அனுபவத்திற்காக மதிக்கப்படுகிறார்கள். அறிவொளியைத் தேடுவதில் அவர்களின் விடாமுயற்சிக்காகவும் அவர்கள் மதிக்கப்படுகிறார்கள். அறிவுள்ள மற்றும் கற்றறிந்த சங்க உறுப்பினர்கள், நடைமுறைப் பாதையில் நம்மை ஊக்குவிக்கும் நம்பகமான நண்பர்களைப் போல, தம்மத்தின் திறமையான ஆசிரியர்கள்.

பாமரர்களும் நான்கு உன்னத உண்மைகளையும் புத்தரின் பிற போதனைகளையும் ஏற்றுக்கொள்கிறார்கள், மேலும் உண்மையான மகிழ்ச்சியையும் அறிவொளியையும் தங்கள் வாழ்க்கையின் பொதுவான குறிக்கோளாக நாடுகின்றனர். அவை பொதுவான தார்மீக விழுமியங்களையும் நிலைநிறுத்துகின்றன. எனவே, ஒரு பௌத்தர், பாமர சமூகத்தின் விடாமுயற்சியுள்ள

உறுப்பினர்களிடம் உதவி மற்றும் தேவைப்படும் நேரங்களில் ஆலோசனையும் பெறலாம்.

செவிலியர்களாக சங்கத்தினர்

சங்க உறுப்பினர்கள் தம்ம மருந்தை உட்கொள்ள உதவும் செவிலியர்களைப் போன்றவர்கள். எந்த மாத்திரைகள் எடுக்க வேண்டும் என்பதை மறந்துவிட்டால் செவிலியர்கள் நமக்கு நினைவூட்டுகிறார்கள். பெரிய மாத்திரைகளை விழுங்குவதில் சிரமம் இருந்தால், செவிலியர்கள் அதை நமக்காக சிறுசிறு துண்டுகளாக உடைக்கின்றனர். அதுபோலவே, நாம் குழப்பமடையும் போது, தம்மத்தை எப்படிச் சரியாக கடைப்பிடிக்க வேண்டும் என்று சங்கத்தினர் அறிவுறுத்துகிறார்கள். நம்மை விட முன்னேறிய எந்த சக பயிற்சியாளரும் நமக்கு உதவி செய்யும் போது ஆன்மீக நண்பராகிறார்.

அறிவொளிக்கான பயணம்

அடைக்கலம் அடைவதற்கான கருத்தை, நன்கு புரிந்து கொள்ள, அவர் இதுவரை செல்லாத தொலைதூர நகரத்திற்குச் செல்ல விரும்பும் ஒரு பயணியை கற்பனை செய்து பாருங்கள். அவருக்கு ஒரு வழிகாட்டி, பின்பற்ற ஒரு பாதை மற்றும் வழியில் பயணிக்கும் தோழர்கள் கூட தேவை. ஒரு பௌத்தர் உண்மையான மகிழ்ச்சியையும் மெய் ஞானத்தையும் அடைவதற்காக உழைக்கும் ஒரு பயணியைப் போன்றவர். புத்தர் அவரது "வழிகாட்டி", தம்மம் அவரது "பாதை" மற்றும் சங்கம் அவரது "பயணத் தோழர்கள்".

அடைக்கலம் அடைதல்

மும்மாணி, அடைக்கலம் அடைவதற்கான ஒருவரின் நோக்கத்தின் எளிமையான வெளிப்பாடு, பின்வரும் வரிகளை மூன்று முறை திரும்பத் திரும்பச் சொல்வது:

நான் புத்தரிடம் அடைக்கலம் அடைகிறேன்.
நான் தம்மத்தில் அடைக்கலம் அடைகிறேன்.
நான் சங்கத்தில் அடைக்கலம் அடைகிறேன்.

இந்த வரிகளை புத்தரின் உருவத்திற்கு முன் ஒருவர் தனியாகவோ அல்லது ஒரு பிக்கு அல்லது பிக்குணிக்கு பிறகு, ஒவ்வொரு வரியாகவோ திரும்பத் திரும்ப சொல்லலாம். சம்பிரதாயமான சடங்கு மிகவும் எளிமையானது, மற்றும் அது உண்மையிலேயே முக்கியமானது. ஒரு பௌத்தர், மும்மாணியின் வழிகாட்டுதல் மற்றும் உத்வேகத்தின் மூலம் உண்மையான மகிழ்ச்சி மற்றும் அறிவொளியின் குறிக்கோளுக்கு அர்ப்பணிப்பதற்காக, தினமும் மும்மாணி அடைக்கலம் ஆகலாம்/ செய்யலாம்.

அடைக்கலம் அடைவதால் கிடைக்கும் நன்மைகள்

முப்பெரும் மும்மாணி அடைக்கலம் பெறுவது அறிவொளிக்கான பாதைக்கான முதல் படியாகும். அதன் பிறகு, தார்மீக நடத்தை மற்றும் மன வளர்ச்சி, சுய- தேர்ச்சி, ஞானம் மற்றும் கருணை மூலம் அடையப்படுகிறது. இந்த ஜென்மத்தில் ஞானம் கிடைக்காவிட்டாலும், மும் மாணிகளில் அடைக்கலமான ஒருவருக்கு மீண்டும் மும்

மாணிகளை சந்திப்பதற்கு சாதகமான சூழ்நிலைகள் ஏற்பட வாய்ப்புகள் அதிகம்.

7. ஐந்து நீதி போதனைகள்

ஐந்து கட்டளைகள்/ நல்லொழுக்கப் போதனைகள்/ ஐந்து விதிகள்

ஐந்து நீதி போதனைகள் புத்தரால் வழங்கப்பட்ட பரிந்துரைகளே, குடும்பம் மற்றும் சமூகத்தின் மகிழ்ச்சிக்கு பங்களிக்கும் அதே வேளையில் அமைதியான வாழ்க்கையை வாழ விரும்பும் ஒருவர் வாழ முன்மொழியப்பட்டது. ஐந்து விதிகள், ஒருவரின் சொந்த விருப்பத்தின் பேரில் தானாக முன்வந்து கடைபிடிக்கப்படுகின்றன. அவை கேள்வியின்றி கடைப்பிடிக்க வேண்டிய "கட்டளைகள்" அல்ல. புத்த மார்க்கத்தை கடைப்பிடிப்பதற்கான அடித்தளமாக மிக முக்கியமான உன்னத எட்டு மடங்கு பாதையின் தார்மீக நடத்தை அம்சத்தில் அவை உலகளாவிய நீதி முறைமையின் அடிப்படையை உருவாக்குகின்றன.

ஐந்து நீதி போதனைகள் நிலையான விதிகளா?

மெய் ஞானம் அல்லது புரிதல் இல்லாமல் கண்மூடித்தனமாக ஐந்து நீதி போதனைகளைப் பின்பற்றுவது ஒருபோதும் ஊக்குவிக்கப்படுவதில்லை. சூழ்நிலைகளைப் புறக்கணித்து ஐந்து விதிகளை ஒருபோதும் கண்மூடித்தனமாக கடைப்பிடிக்கக்கூடாது.

சில நேரங்களில் விதிவிலக்கான சந்தர்ப்பங்கள் உள்ளன, அந்நேரத்தில் அவற்றை விடாப்பிடியாக கடைப்பிடிப்பது விவேகமற்றதாகலாம், ஏனெனில் அது மற்றவர்களுக்கு அதிக துன்பத்தை உருவாக்குகிறது. அத்தகைய நேரங்களில், ஐந்து போதனைகளின் சொற்சுட்டுப் பொருள் நுணுக்கத்தில் "வளைக்க " வேண்டும். உதாரணமாக, ஆபத்தில் இருக்கும் ஒருவரைப் பாதுகாக்க நாம் தீமையற்ற பொய்களைச் சொல்ல வேண்டியிருக்கும் - இது பொய்க்கு எதிரான நான்காவது கட்டளையை "வளைத்தல்" ஆகும். ஐந்து விதிகளில் ஏதேனும் ஒன்று கடைப்பிடிக்கப்படாவிட்டால், அது மற்றவர்களின் நலனுக்காக மட்டுமே இருக்க வேண்டும், சுயலாபத்திற்காக அல்ல.

போதனைகளின் நன்மைகள் என்ன?

புத்தர் ஒரு சமயம் ஒரு மதகுருமாரிடம்/ பாதிரியாரிடம், தெய்வங்களுக்குப் பலியாகப் பிராணிகளைக் கொல்வதை விட ஐந்து விதிகளைக் கடைப்பிடித்து ஒருவரின் நற்பயனற்ற நடத்தையை "தியாகம்" செய்வது மிகவும் சிறந்தது என்று கூறினார். போதனைகளை கடைப்பிடிப்பது தற்போதைய நல்ல நல்வாய்ப்பிற்கு ஒருவரின் நன்றியை வெளிப்படுத்துவது மட்டுமல்லாமல், எதிர்காலத்தில் மகிழ்ச்சி மற்றும் நல்வாய்ப்பை அதிகரிக்கிறது என்று அவர் கற்பித்தார். ஆரோக்கியமான நற்பயன் நடத்தையின் இந்த ஐந்து பயிற்சி வழிகாட்டுதல்களை விழிப்புணர்வுடன் பின்பற்றும் ஒருவர் அன்றாட வாழ்வில் அமைதியைக் காண்பார், மேலும் தனக்கோ அல்லது பிறருக்கோ பிரச்சனையை ஏற்படுத்தும் வாய்ப்பு மிக குறைவு.

ஐந்து போதனைகளை கடைப்பிடிப்பது கடினமா?

போதனைகள் ஒருபோதும் ஒருவரை கட்டுப்படுத்த விரும்பியதில்லை , அவைகளை நல்லபடியாக பின்பற்றும்போது தன்னையும் மற்றவர்களையும் பாதுகாக்கும். ஒரு விதியை மீறுவது மன்னிக்க முடியாத "பாவம்" என்று கருதப்படுவதில்லை - இது சும்மா/வெறுமனே , ஞானம் இல்லாததால் ஆன ஒரு திறமையற்ற செயலாக பார்க்கப்படுகிறது. ஒரு பௌத்தருக்கு தொடக்கத்தில் ஐந்து விதிகளை முழுமையாகவும் தொடர்ந்தும் கடைப்பிடிக்க கடினமாக இருக்கலாம், ஆனால் ஒருவர் மனம்தளர்த்து போகக்கூடாது . ஒன்று அல்லது இரண்டு விதிகளை ஒருவர் வெற்றிகரமாகப் பின்பற்றினாலும், தற்காலத்திற்கும் எதிர்காலத்திற்கும்மான மகிழ்ச்சிக்கான அடித்தளத்தை ஒருவர் ஏற்கனவே அமைத்துக் கொண்டிருக்கிறார். ஒருவர் வழிநடத்த வேண்டிய இலட்சிய தார்மீக வாழ்க்கையை நினைவூட்டுவதற்கான கட்டளைகளைக் கடைப்பிடிப்பதற்கான ஒருவரின் உறுதிப்பாட்டை தினமும் புதுப்பிக்க முடியும். இந்த இலட்சியத்தை அடைய ஒருவர் முடிந்தவரை பாடுபட்டால், ஒருவர் உள் அமைதியைக் காண்பார், மேலும் உலகத்துடன் எப்போதும் இணக்கமாக இருப்பார்.நாம் தற்போது நிறைவற்றவராக இருந்தாலும், நாம் அனைவரும், முழுநிறைவுடைய முழுமையை நோக்கி பாடுபட முடியும் என்பதை நினைவில் கொள்ள வேண்டும்.

ஐந்து போதனைகளை உள்வாங்குவது எப்படி?

ஐந்து போதனைகளை கடைப்பிடிப்பதற்கான ஒருவரின் தீர்மானத்தை வெளிப்படுத்த, ஒரு பௌத்தர் அவற்றை ஒரு புத்தர் உருவத்திற்கு முன் நெட்டுருப்பண்ணி ஓதலாம் அல்லது ஒரு துறவி அல்லது பெண்துறவி துணையுடன் அவற்றை மீண்டும் பாரயணஞ்செய்யலாம். மும் மாணி சரணம் எடுக்கும் விழாவிற்கு பின்னரே ஐந்து நல்லொழுக்கப் போதனை உபதேசம் பெறுவது, வழக்கம்.

வேறு சில போதனைகள் யாவை?

புத்த மத நல்லொழுக்கப் போதனைகளின் மற்ற அனைத்து தொகுப்புகளும், எண் நல்லொழுக்கப் போதனை (தனியிடஞ் சேர்வு புத்த பயிற்சிக்கான கட்டளைகள்/ விதி), பிக்கு மற்றும் பிக்குணிகளின் நல்லொழுக்கப் போதனை (துறவிகள் மற்றும் பெண் துறவிக்கான கட்டளைகள்/ விதி) மற்றும் போதிசத்வா நல்லொழுக்கப் போதனைகள் (முடிந்தவரை பலருக்கு நன்மை பயக்கும் கட்டளைகள்/விதி), இவையாவும், ஐந்து போதனைகளின் நல்லொழுக்கப் விதிகளின் நீட்டிப்புகளாகும்.

முதல் போதனை -

உயிர்களுக்கு மரியாதை:
கொல்ல அல்ல; பாதுகாக்க
நான் இந்த பயிற்சி விதியை மனமுவந்து ஏற்றுகொள்கிறேன்,
உயிரைப் பறிப்பதைத் தவிர்க்க வேண்டும்
(அதனால் நான் கருணை கடைபிடித்து , எல்லா உயிர்களையும் பாதுகாத்து பயனடைவேன்)

உயிர் அழிவால் ஏற்படும் துன்பங்களை உணர்ந்து, இரக்கத்தை வளர்த்து, மனிதர்களையும் விலங்குகளையும் காக்க வேண்டும் என்ற கட்டளையை மேற்கொள்கிறேன். நான் உறுதியாக இருக்கிறேன், கொல்லவோ அல்லது காயப்படுத்தவோ கூடாது, மற்றவர்களையும் அவ்வாறு செய்ய விடக்கூடாது, உடல் அல்லது மனரீதியாக தீங்கு விளைவிக்கும் எந்தவொரு செயலையும் ஆதரிக்கக்கூடாது.

இரண்டாவது போதனை -

அடுத்தரின் தனிப்பட்ட உடமைகான மரியாதை:
திருடக்கூடாது; பரந்த மனப்பான்மையுடன் இருக்க வேண்டும்
நான் இந்த பயிற்சி விதியை மனமுவந்து ஏற்றுகொள்கிறேன்
கொடுக்கப்படாததை எடுக்காமல் இருக்க வேண்டும்
(அதனால் நான் எனது பொருள் மற்றும் ஆன்மீக செல்வத்தை பகிர்ந்து கொள்வதன் மூலம் அல்லது கொடுப்பதில் பெருந்தன்மையை கடைபிடிப்பேன்)

சுரண்டல், அநீதி, திருட்டு, அடக்குமுறை ஆகியவற்றால் ஏற்படும் துன்பங்களை உணர்ந்து, மக்கள் மற்றும் விலங்குகளின் நலனுக்காக இரக்கத்தை வளர்க்கும் கட்டளையை மேற்கொள்கிறேன்.

எனது செல்வம், நேரம், ஆற்றல், பச்சாதாபம், ஊக்கம் மற்றும் பிற வளங்களை, குறிப்பாக சத்தியத்தின் (தர்மம்) சத்தியத்தை தேவைப்படுபவர்களுடன் பகிர்ந்து கொள்வதன் மூலம் நேர்மையையும் பெருந்தன்மையையும் கடைப்பிடிப்பேன்.

பிறருக்குச் சொந்தமான எதையும் (நேரம் உட்பட-தாமதமாகவோ அல்லது வேலையைத் தட்டிக் கழிப்பதாலோ...) சொந்தமாக வைத்திருக்கவோ திருடவோ கூடாது என்பதில் உறுதியாக இருக்கிறேன்.

பிறர் மற்றும் பொதுமக்களின் சொத்துக்களை மதித்து, உயிர்களின் துன்பத்தில் பிறர் லாபம் அடைவதை தடுப்பேன்.

- மூன்றாவது போதனை -

தனிப்பட்ட உறவுகளுக்கு மரியாதை:
புலன்களை மனம் போன போக்கில் ஈடுபடுத்தக் கூடாது;
உள்ளடக்கமாக இருக்க வேண்டும்
நான் இந்த பயிற்சி விதியை மனமுவந்து ஏற்றுகொள்கிறேன்
புலன் இன்பப் பொருட்களைப் பற்றிய தவறான நடத்தையிலிருந்து விலகியிருக்க,(குறிப்பாக கூடா ஒழுக்கம், அதனால் நான் மனநிறைவைக் கடைப்பிடிப்பேன் மற்றும் ஆற்றலை ஆன்மீக வளர்ச்சியை நோக்கி செலுத்துவேன்)

பாலியல் துஷ்பிரயோகத்தால் ஏற்படும் துன்பங்களை உணர்ந்து, பொறுப்பை வளர்ப்பதற்கும், தனிநபர்கள், தம்பதிகள், குடும்பங்கள் மற்றும் சமூகத்தின் பாதுகாப்பு மற்றும் ஒருமைப்பாட்டைப் பாதுகாப்பதற்கும் நான் உறுதி மேற்கொள்கிறேன்.

காதல், பொறுப்பு மற்றும் நீண்ட கால அர்ப்பணிப்பு இல்லாமல் பாலியல் உறவுகளில் ஈடுபடமாட்டேன் என்பதில் உறுதியாக இருக்கிறேன்.

என்றும் மற்றவர்களின் மகிழ்ச்சியையும் பாதுகாக்க, மற்றவர்களின் கடமைகளை நான் மதிப்பேன்.

பாலியல் துஷ்பிரயோகத்தில் இருந்து குழந்தைகளைப் பாதுகாக்கவும், பாலியல் துஷ்பிரயோகத்தால் தம்பதிகள் மற்றும் குடும்பங்கள் சிதைவதைத் தடுக்கவும் என்னால் முடிந்ததைச் செய்வேன்.

சிற்றின்பத்தால் ஏற்படும் துன்பங்களை அறிந்தவனாக, நான் என் பார்வை, செவிப்புலன், வாசனை, சுவை, தொடுதல் மற்றும்/அல்லது மனம் போன்ற புலன் இன்பங்களில் (எ.கா. நிகழ்ச்சிகள், இசை, உணவு, பாலுறவு போன்றவை) மன கட்டுப்பாடுல்லாமல் ஈடுபட மாட்டேன். சுய முன்னேற்றத்தின் பாதையில் இருந்து திசைதிருப்பப்படமாட்டேன்.

நான்காவது போதனை -

உண்மைக்கு மரியாதை:
பொய் சொல்லக்கூடாது; உண்மையாக இருக்க வேண்டும்
நான் இந்த பயிற்சி விதியை மனமுவந்து ஏற்றுகொள்கிறேன்
தவறான பேச்சிலிருந்து விலகி இருக்க வேண்டும்
(மற்றும் பிற ஆரோக்கியமற்ற பேச்சு முறைகள், அதனால் நான் தன்னம்பிக்கையுடன் நேர்மறையாக தொடர்புகொள்வேன்)

கவனக்குறைவான பேச்சினால் ஏற்படும் துன்பத்தையும், பிறர் சொல்வதைக் கேட்க இயலாமையையும் உணர்ந்து, பிறர் துன்பத்தில் இருந்து விடுபட, அன்பான பேச்சையும், ஆழ்ந்த செவிசாய்ப்பையும் பிறருக்கு மகிழ்ச்சியையும் அளிக்கும் போதனையை ஏற்றுகொள்கிறேன்

தன்னம்பிக்கை, மகிழ்ச்சி மற்றும் நம்பிக்கையைத் தூண்டும் வார்த்தைகளால் நான் உண்மையாகப் பேசுவேன்.
எனக்கு உறுதியாகத் தெரியாத செய்திகளைப் பரப்பவோ, விமர்சிக்கவோ, கண்டிக்கவோ கூடாது என்பதில் உறுதியாக இருக்கிறேன்.

குடும்பத்திலோ அல்லது சமூகத்திலோ பிரிவினையை அல்லது முரண்பாடுகளை ஏற்படுத்தக்கூடிய வார்த்தைகளை நான் பேசுவதைத் தவிர்ப்பேன்.
நான் சமரசம் செய்து, பெரிய மற்றும் சிறிய மோதல்களைத் தீர்ப்பதற்கு முயற்சி செய்வேன்.

ஐந்தாவது போதனை -

மன மற்றும் உடல் நலனுக்கு மரியாதை:
போதைப் பொருட்களை உட்கொள்ளக் கூடாது; விழிப்புணர்வுடன் இருக்க வேண்டும்
நான் இந்த பயிற்சி விதியை ஏற்றுகொள்கிறேன்
மது அருந்துவது மற்றும் போதையை உண்டாக்கும் அனைத்தயும் தவிர்க்க,

(அதனால் நான் மிகவும் ஆரோக்கியமாக இருப்பேன் மற்றும் விழிப்புணர்வை இழந்து எந்த விதியையும்/போதனைகளையும் மீறமாட்டேன்)

கவனக்குறைவான நுகர்வுகளால் ஏற்படும் துன்பங்களை உணர்ந்து, எனக்கும், எனது குடும்பத்திற்கும் மற்றும் சமுதாயத்திற்கும், நல்ல உடல் மற்றும் மன ஆரோக்கியத்தை வளர்ப்பதற்கு, கவனத்துடன் உண்ணுதல், குடித்தல் மற்றும் நுகர்வு ஆகியவற்றைப் பயிற்சி செய்கிறேன்.

உடலிலும் மனதிலும் அமைதி, நல்வாழ்வு மற்றும் மகிழ்ச்சி மற்றும் எனது குடும்பம் மற்றும் சமூகத்தின் கூட்டு உடல் மற்றும் உணர்வு ஆகியவற்றைப் பாதுகாக்கும் பொருட்களை மட்டுமே நான் உட்கொள்வேன்/ உள்வாங்கிக்கொள்வேன்.

அதிக விழிப்புணர்வையும், கவனத்தையும், மனத் தெளிவையும் வளர்ப்பதற்காக, மது, போதைப்பொருள் அல்லது வேறு எந்த போதைப்பொருளையும் பயன்படுத்துவதில்லை அல்லது எதிர்மறையான கூறுகளைக் கொண்ட உணவுகள் அல்லது பொருட்களை உட்கொள்வதில்லை என்பதில் உறுதியாக உள்ளேன்.

இந்த விஷங்களால் என் உடலையோ அல்லது என் மனதையோ சேதப்படுத்துவது எனது குடும்பத்தையும் சமூகத்தையும் வீழ்த்துவதாகும் என்பதை நான் அறிவேன்.

எனது உடல் மற்றும் மன உணவுகளை சமநிலைப்படுத்துவதன் மூலம் என்னிலும் சமூகத்திலும்

உள்ள வன்முறை, பயம், கோபம் மற்றும் குழப்பத்தை மாற்ற நான் பணியாற்றுவேன். என்னையும் சமூகத்தையும் நேர்மறையாக மாற்றுவதற்கும், மனவளர்ச்சியில் முன்னேற்றத்துக்கும் சரியான உணவுமுறை முக்கியமானது என்பதை நான் புரிந்துகொள்கிறேன்.

(இந்த போதனை, சில சமயங்களில் முழு மதுவிலக்கு அல்லது மிதமான உட்கொள்ளல் "அனுமதி" என விளக்கப்படுகிறது, அது உணர்வுகளில் இன்பத்தோய்வு, அல்லது உடல்நலம் அல்லது நினைவாற்றல் குறைபாடு இல்லாத வரை.

எவ்வாறாயினும், சிறந்த பாதுகாப்பு, முழு மதுவிலக்கு ஆகும், இது முதல் நான்கு கட்டளைகளைப் பின்பற்றுவதில் சிறந்த கவனத்தைத் தக்கவைக்கிறது. எ.கா. ஒருவர் மதுபானம் எடுத்துக் கொள்ளவில்லை என்றால், அவர் ஒருபோதும் குடிபோதையில் மூழ்கி இருக்கின்ற குடிகாரனாக இருக்க முடியாது.)

8. மூன்று உலகளாவிய சிறப்பியல்பு

மூன்று சிறப்பியல்பு குணாதிசயங்கள் என்ன?

ஒரு உலகளாவிய குணாதிசயம் என்பது பிரபஞ்சத்தின் உண்மை, இது இட-காலத் தொடரளவையில் வேறுபாடுகள் இருந்தபோதிலும் அனைத்து வாழுயிர் இருப்புடனும் இணைக்கப்பட்டுள்ளது. இது எல்லாவற்றின் உண்மையான தன்மையைப் பற்றி நமக்குச் சொல்கிறது. புத்தர் அனைத்து நிபந்தனைக்குட்பட்ட வாழுயிர் இருப்பு மூன்று உலகளாவிய பண்புகளால் நிர்வகிக்கப்படுகிறது என்று கற்பித்தார். இந்த குணாதிசயங்களைக் கடைப்பிடிக்கும் எந்தவொரு போதனையும் உண்மையான போதனையாக அங்கீகரிக்கப்படலாம் என்று புத்தர் கற்பித்ததால், அவை தர்மத்தின் மூன்று முத்திரைகள் (அல்லது வாழுயிர் இருப்பின் மூன்று அடையாளங்கள்) என்றும் அழைக்கப்படுகின்றன. இந்த மூன்று முத்திரைகள் மற்றும் நான்கு உன்னத உண்மைகள் இல்லாத எந்த ஒரு போதனையும் புத்தரின் போதனை என்று கூற முடியாது. (கீழே உள்ள நாலாவது மூன்றாவது குணாதிசயமாக பௌத்தத்தின் மகாயான பாரம்பரியத்தில் கற்பிக்கப்படுகிறது; தேரவாத பாரம்பரியத்தில் மூன்றாவது பண்பாகக் கற்பிக்கப்படுகிறது.)

1. அனிக்கா—நிலையாமை (மாற்றம்)

அனைத்து கூட்டு பொருட்களும் தொடர்ந்து மாறிக்கொண்டே இருக்கின்றன

2. அனாட்டா—சுயமின்மை (தன்னற்ற தன்மை அல்லது தனிப்பட்டதல்ல)

அனைத்து நிகழ்வுகளும் நிலையான சுய-இயல்பற்றவை

3. துக்கா—அதிருப்தி (துன்பம்)

அறிவொளி அற்ற அனுபவங்கள் அனைத்தும் திருப்தியற்றவை

4. நிர்வாணா —அறிவொளி (முழுநிலையான அமைதி)

அறிவொளி /மெய் ஞானம் என்பது நித்திய அமைதி மற்றும் உண்மையான மகிழ்ச்சியின் அனுபவம்

பண்புகளின்/ சிறப்பியல்புகளின் உறவு

எது தொடர்ந்து மாறிக்கொண்டே இருக்குமோ (முதல் சிறப்பியல்பு) , அது ஒரு சார்பிலா சுயமின்றி இருக்கிறது (இரண்டாவது சிறப்பியல்பு), நாம் அவற்றுடன் பற்றுகொள்ளும்போது துன்பத்திற்கு / திருப்தியற்றமைக்கு (மூன்றாவது சிறப்பியல்பு) வழிவகுக்கிறது. நிர்வாணா (நான்காவது.) என்பது ஒன்று, இரண்டு , மூன்றால் பாதிக்கப்படாத அமைதி நிலை.

அனிக்கா

அனிக்கா கால பரிணாமத்தின் பார்வையில் நிகழ்வுகளை விவரிக்கிறது. பிரபஞ்சத்தில் உள்ள அனைத்தும், அது உடல் (நம் உடலின் சிறிய செல்கள் முதல் பெரிய நட்சத்திரங்கள் வரை) அல்லது மனம் (நம் மனதில் ஓடும் எண்ணங்கள் போன்றவை) தொடர்ந்து மாற்றத்திற்கு உள்ளாகின்றன, தொடர் இரு குறு நொடிகள் கூட ஒரே மாதிரியாக இருக்காது. எல்லாமே மாறிவரும் காரணங்கள் மற்றும் நிலைமைகளின் விளைவு அல்லது பயன்முடிவு என்பதால், எல்லாமே தொடர்ந்து மாறுகிறது.

மிகவும் வெளித்தோற்றத்தில் "திடமான" ஒரு பொருள், ஒரு ஏற்ற இறக்கமான ஆற்றல் கோளமாகும். பயிற்றுவிக்கப்படாத மனம் இன்னும் மிகவும் நிலையற்றது மற்றும் மாற்றத்திற்கு ஆளாகிறது, நிலையான சுய-இயல்பின் நிலைத்தன்மை அற்றது. அனைத்து உயிருள்ள மற்றும் உயிரற்ற மூலகங்கள் இவ்வாறு சிதைவு மற்றும் அழிவுக்கு உட்பட்டவை. அனிக்காவின் விதி நடுநிலையானது மற்றும் பக்கச்சார்பற்றது. இது எந்த உயர் சக்தியாலும் கட்டுப்படுத்தப்படாது - பொருட்கள் இயற்கையாகவே சிதைவடைந்து, மீண்டும் புதுப்பிக்கப்படுகின்றன.

அனிக்காவை ஏன் செயலுருவாக்கி உணர வேண்டும்?

மனிதர்களும் (அவர்களின் ஆளுமைகள், ஆர்வங்கள், அணுகுமுறைகள், தோற்றங்கள்...) மற்றும் வாழ்க்கைச் சூழ்நிலைகளும், தொடர்ந்து மாறிக்கொண்டே இருப்பதை ஒருவர் உணரும்போது, ஒவ்வொரு தொடர் தருணத்தையும

திறந்த மனதுடன் அணுகுவார், காலாவதியான கருத்தாக்கங்களை ஒட்டிக்கொள்ளாமல் ஒவ்வொரு புதிய சூழ்நிலைக்கு ஏற்றவாறு எதிர் கொள்ள முடியும். இது தொடர்புமுறைகளை பலப்படுத்தும்.

வாழ்க்கையின் வெற்றி என்பது சூழ்நிலைகளில் ஏற்படும் மாற்றங்களுக்கு ஏற்ப ஒருவரின் பொருத்தமாக்கும் திறனைப் பொறுத்தது மற்றும் புதிய வாய்ப்புகளைப் பயன்படுத்திக்கொள்ளும் திறனைப் பொறுத்தது அமையும் , இந்த உண்மை உணரப்பட்டால் நாம் நமது எல்லா முயற்சிகளிலும் வெற்றி பெறுவோம். நமது ஆரோக்கியம், செல்வம் மற்றும் உறவுகளை சிறப்பாகப் பொக்கிஷமாகப் பேணவும், குறைந்த பற்றுதலுடன் வாழவும், அதே நேரத்தில் நமது மதிப்புமிக்க தற்போதைய நல்வாழ்வைப் பயன்படுத்தி, அறிவொளியை நோக்கிய பாதையை விழிப்புணர்வுடன் பயிற்சி செய்ய கற்றுக்கொள்வோம். துன்பத்தை உண்மையான மகிழ்ச்சியாக மாற்றுவதற்கு 'அனிக்கா' தான், காரணி.

அனட்டா

அனட்டா விண்வெளி/ வெளி பரிணாமத்தின் பார்வையில் நிகழ்வுகளை விவரிக்கிறது. பிரபஞ்சத்தில் உள்ள அனைத்தும் கூட்டு பொருளால் அல்லது கூறுகளால் ஆனது, அவை சிறிய சிறிய கூறுகளால் ஆனது. இந்த ஒவ்வொரு கூறுகளும் தொடர்ந்து மாறுகிறது-சில நேரங்களில் முற்றிலும் மொத்தமாக ஆனால் பெரும்பாலும் நுட்பமாக (நம் உணர்வுகளுக்கு). மாற்றத்திற்கு உட்படாத எந்த ஒரு நிலையான கூறும் இல்லை. ஒரு பொருள், அதை

உருவாக்கும் பகுதிகள் ஒன்றிணைந்தால் மட்டுமே உள்ளது. எனவே, எதிலும் நிலையான மாறாத சுயம் இல்லை - இது உருவமற்ற தன்மை /ஆளுமையின்மை என்று அழைக்கப்படுகிறது. எல்லாமே ஒன்றோடொன்று தொடர்புடையது மற்றும் ஒன்றையொன்று சார்ந்து இருப்பதையும் இது குறிக்கிறது. தனி சுயமாக எதுவும் தனித்து இல்லை.

ஒரு உண்மையான அல்லது நிரந்தர சுயம் இருந்தால், அதை அடையாளம் காண முடியும். இருப்பினும், பிறப்பு முதல் இறப்பு வரை ஒருவரின் உடல் நொடிக்கு நொடிக்கு இடைவிடாமல் மாறுகிறது. மனம் இன்னும் வேகமாக மாறுகிறது. எனவே, உடல், மனம் அல்லது இரண்டின் எந்த குறிப்பிட்ட கலவையையும் ஒருவரின் சுயம் என்று நாம் கூற முடியாது. உடல் மற்றும் மனம் இரண்டும் பல காரணிகளைச் சார்ந்து வாழ்ந்திருப்பதால், சுயாதீனமான சுயமும் இருக்க முடியாது. சுயம் என்று அழைக்கப்படுவது நிபந்தனைக்குட்பட்ட மற்றும் மாறிவரும் உடல் மற்றும் மன காரணிகளின் தொகுப்பாக இருப்பதால், நம்மில் சுயத்தின் உண்மையான அல்லது உறுதியான கூறு எதுவும் இல்லை.

உடல் சுயமாக இருந்தால், அது தன்னை வலுவாகவும் ஆரோக்கியமாகவும் வைத்திருக்க முடியும் அல்லது கட்டுப்படுத்த முடியும். இருப்பினும், அது சோர்வு, பசி மற்றும் அதன் விருப்பத்திற்கு எதிராக நோய்வாய்ப்படுகிறது. அதுபோல, மனம் சுயம் ஆக இருந்தால், அது விரும்பியதைச் செய்ய முடியும். ஆனால் மனம் பெரும்பாலும் தனக்குத் தெரிந்ததை விட்டுவிட்டு தவறுதலுக்கு ஓடிவிடுகிறது. அது தனது விருப்பத்திற்கு

எதிராக குழப்பம் , கவனச்சிதறல் மற்றும் உற்சாகம் அடைகிறது. எனவே உடலோ மனமோ சுயம் /ஆன்மா ஆக இருக்க முடியாது.

அனட்டாவை ஏன் செயலுருவாக்கி உணர வேண்டும்?

இந்த உண்மையை உணராத ஒருவர் சுயநலம் மற்றும் அகங்காரத்துடன் இருப்பார். மக்கள் மற்றும் சூழ்நிலைகளால் ஒருவர் தொடர்ந்து அச்சுறுத்தப்படுவதாக உணருவது மட்டுமல்லாமல், தன்னையும், தன் உடைமைகள் மற்றும் கருத்துக்களைக்கூட, எந்த விலை கொடுத்தும். பாதுகாக்க வேண்டிய கட்டாயத்தில் இருப்பார்.

இந்த உண்மையை உணர்ந்துகொள்வது, வளரவும், கற்றுக் கொள்ளவும், விருத்தியாக்கவும், தாராளமாகவும், இரக்கமாகவும், கருணையுடனும் இருப்பது எளிதாக இருக்கும், ஏனென்றால் ஒருவர் தொடர்ந்து தற்காத்துக் கொள்ள வேண்டிய அவசியமில்லை. ஒருவர் அன்றாட சூழ்நிலைகளை மிகவும் திறம்பட கையாள்வார், உண்மையான மகிழ்ச்சி மற்றும் அறிவொளியை நோக்கி முன்னேற உதவுவார். நான் ஒரு சுயம் என்று கருதும் வரை, சுயநலமான "நான்-என்-எனது" மனப்பான்மை நம் வாழ்வில் ஆதிக்கம் செலுத்துகிறது மற்றும் எல்லா வகையான பிரச்சனைகளையும் கொண்டு வருகிறது.

துக்கா

பிரபஞ்சத்தில் எதுவுமே நமக்கு முழுமையான மற்றும் நிரந்தரமான திருப்தியைத் தராது . இது எல்லாவற்றிலும் (தர்மத்தைத் தவிர) நிலையான மாற்றம் மற்றும் நமது

பயிற்சியற்ற மற்றும் நிபந்தனைக்குட்பட்ட மனதின் மாறிவரும் ஏக்கங்களின் காரணமாகும். மிகவும் இனிமையான அனுபவத்தின் போது கூட, அந்த தருணம் நீண்ட காலம் நீடிக்காது என்ற பதட்டம் உள்ளது. மாறிக்கொண்டே இருப்பதில் நிலையான மகிழ்ச்சியைத் தேடுவது மன அமைதியைக் குலைத்து, துன்பத்தை உண்டாக்குகிறது. இது மீண்டும் மீண்டும் பிறக்கும் துன்பத்தையும் விளைவிக்கிறது.

துக்காவை ஏன் செயலுருவாக்கி உணர வேண்டும்?

அதிருப்தி என்பது உலகளாவியது மற்றும் தவிர்க்க முடியாதது என்பதைப் புரிந்துகொள்வதன் மூலம் வாழ்க்கையின் யதார்த்தங்களை அமைதியாக எதிர்கொள்ள முடிகிறது. ஒருவரால் முதுமை, நோய் மற்றும் மரணம் ஆகியவற்றை மனமுடையாமல் அல்லது அவநம்பிக்கை அடையாமல் சமாளிக்க முடியும். புத்தர் செய்ததைப் போலவே அதிருப்தி பிரச்சினைக்கான தீர்வைக் கண்டறியவும், உண்மையான மகிழ்ச்சி அல்லது ஞானம் பெறவும் இது நம்மை ஊக்குவிக்கிறது.

நிர்வாணா

நிர்வாணா என்பது இருப்பின் அடித்தளம், எல்லாவற்றின் பொருள். உதாரணமாக, ஒரு அலை தண்ணீராக மாறுவதற்கு "இறக்க" வேண்டியதில்லை. தண்ணீர் என்பது அலையின் பொருள் சாரம் . அலை ஏற்கனவே தண்ணீர், நாமும் அப்படித்தான். ஒன்றோடொன்று இணைந்திருக்கும் அடித்தளத்தை - நிர்வாணா , பிறப்பு மற்றும் இறப்புக்கு அப்பாற்பட்ட "உலகம்", நிரந்தரம் மற்றும் நிலையற்ற

தன்மை, சுயம் மற்றும் சுயமற்ற தன்மை ஆகியவற்றை நாம் நமக்குள் கொண்டுள்ளோம். நிர்வாணா என்பது கருத்துக்கள் மற்றும் நிகழ்வுகளின் முழுமையான அமைதிப்படுத்துதல்- இது உண்மையான அமைதி. தண்ணீரிலிருந்து அலைகள் இல்லாதது போல நிர்வாணா என்பது எல்லாவற்றுக்கும் அடித்தளம். அலைகளைத் தொடத் தெரிந்தால், அதே நேரத்தில் தண்ணீரைத் தொடவும் தெரியும். நிர்வாணம் என்பது 'அனிச்சா ' மற்றும் 'அனாட்டா ' இல் இறுத்து தனிப்பட்டது அல்ல. யதார்த்தத்தைத் உற்றறிந்து அவற்றை எவ்வாறு பயன்படுத்துவது என்று உங்களுக்குத் தெரிந்தால், இங்கேயும் இப்போதும் நீங்கள் நிர்வாணாவை உற்றறிகிறீர்கள்.

நிர்வாணா என்பது எல்லா கருத்துக்களுக்கும் அப்பாற்பட்டது. பிறப்பும் இறப்பும் கருத்துக்கள்,. இருத்தல் மற்றும் இல்லாமை கருத்துக்கள். நமது அன்றாட வாழ்வில், இந்த ஒப்பீட்டு உண்மைகளை நாம் கையாள வேண்டும். ஆனால் நாம் வாழ்க்கையை இன்னும் ஆழமாகத் உற்றறிந்தால், யதார்த்தம் வேறு வழியில் வெளிப்படும். 'அனிக்கா ' மற்றும் 'அனட்டா' என்பதை நீங்கள் புரிந்து கொள்ளும்போது, நீங்கள் ஏற்கனவே பல துன்பங்களிலிருந்து விடுபட்டு நிர்வாணா' வின் உணர்வில் இருக்கிறீர்கள். நிர்வாணா என்பது எதிர்காலத்தில் நீங்கள் தேடும் ஒன்றல்ல. ஒரு தர்ம முத்திரையாக, புத்தரின் ஒவ்வொரு போதனையிலும் அது உள்ளது. நிர்வாணா என்பது உயிர் இல்லாதது அல்ல. நிர்வாணாவை இந்த வாழ்க்கையில் காணலாம். நிர்வாணா என்பது துன்பத்தின் நெருப்பை சமாதானப்படுத்துதல், அமைதிப்படுத்துதல் அல்லது அணைத்தல். நிர்வாணா, நாம் ஏற்கனவே

என்னவாக இருக்க விரும்புகிறோமோ அதுவாகவே இருக்கிறோம் என்று கற்பிக்கிறது. நாம் இனி எதற்கும் பின்னால் ஓட வேண்டியதில்லை. நாம் நம்மிடமே திரும்பி நமது உண்மையான இயல்பைத் நாட வேண்டும். இதைச் செய்யும்போது, நமக்கு உண்மையான அமைதியும் மகிழ்ச்சியும் கிடைக்கும்.

நிர்வாணாவை ஏன் செயலுருவாக்கி உணர வேண்டும்?

நிர்வாணா என்பது அறிவொளிக்கான புத்த "தொழில்நுட்ப" தொழின்முறை வார்த்தை -எல்லா துன்பங்களிலிருந்தும் விடுதலை அல்லது உண்மையான மகிழ்ச்சி! நாம் உண்மையிலேயே மகிழ்ச்சியாக இருக்க விரும்பினால், நிர்வாணா நிலையை நிச்சயமாக அடைய வேண்டும்

9. கர்மா

"கர்மா" என்றால் செயல். இது நமது உடலாலும், பேச்சாலும், மனதாலும், செயல், பேச்சு மற்றும் சிந்தனை மூலம் நாம் செய்யும், மனமாரத்திட்டமிட்டு செய்யும் செயல்களைக் குறிக்கிறது. கர்மா என்பது ஒவ்வொரு செயலும், நிபந்தனைகளுக்கு உட்படும்போது, சில பலன்களைத் தரும் என்பது நியதி.

கர்மா எப்படி வேலை செய்கிறது?

எல்லா செயல்களும் நம் மன உணர்வில் அடையாள முத்திரைகள் அல்லது மன விதைகளை விட்டுச்செல்கின்றன, அவை பொருத்தமான சூழ்நிலைகள் ஒன்றாக வரும்போது நம் அனுபவங்களாக முதிர்வுறுகின்றன. எடுத்துக்காட்டாக, அன்பான உள்ளம் கொண்ட ஒருவருக்கு நாம் உதவி செய்தால், இந்தச் செயல் நம் மன ஓட்டத்தில் ஒரு நேர்மறையான நல் அடையாள முத்திரையை ஏற்படுத்துகிறது. சூழ்நிலைகள் பொருத்தமானதாக இருக்கும்போது, இந்த அடையாள முத்திரை முதிர்வுற்று , நமக்குத் தேவைப்படும்போது உதவியாக பெறுகிறோம்.

கர்ம விதைகள் நம் வாழ்காலம் காலமாக நம்முடன் வருகிறது எவ்வாறாயினும், நாம் ஏதாவது ஒரு காரணத்தை அல்லது கர்மாவை உருவாக்கவில்லை என்றால், அந்த

விளைவை நாம் அனுபவிக்க மாட்டோம். ஒரு குறிப்பிட்ட செடிவிதையை விதைக்கவில்லை என்றால், அந்த செடி வளராது. புத்தர் போதித்தார்:

விதைக்கப்பட்ட விதையின்படி,
அதன்படி நீங்கள் அறுவடை செய்யும் பழமும்.
நன்மை செய்பவனுக்கு நல்ல பலன் கிடைக்கும்.
தீமை செய்பவன் தீய பலனை அறுவடை செய்வான்.
நல்ல விதையை நன்கு நட்டால்,
அதன்படி , நல்ல பலன்களை அனுபவிப்பீர்கள்.

கர்மாவின் விளைவுகள் என்ன?

கர்மா, நமது எதிர்கால மறுபிறப்புகளை பாதிக்கிறது மற்றும் நம் வாழ்வின் போது நாம் அனுபவிக்கும் விஷயங்களையும் பாதிக்கிறது,-பிறர் நம்மை எப்படி நடத்துகிறார்கள், நமது செல்வம், சமூக அந்தஸ்து போன்றவற்றையும் பாதிக்கிறது. கர்மா நமது ஆளுமை மற்றும் குணத்தை-நமது திறமைகள், வலுவான ஆளுமைப் பண்புகள் மற்றும் பழக்கவழக்கங்களையும் பாதிக்கிறது. நாம் பிறக்கும் சூழலும் கர்மாவால் பாதிக்கப்படுகிறது.

நாம் என்ன செய்தோமோ அதன்படி இருக்கிறோம்.
நாம் என்ன செய்கிறோமோ அதன்படி இருப்போம்.

என்ன வகையான கர்மா உள்ளன?

ஒரு செயல் தனக்கும் பிறருக்கும் நீண்ட காலத்திற்கு வலியையும் துன்பத்தையும் தருமானால், அது ஆரோக்கியமற்ற/நற்பயனற்ற அல்லது எதிர்மறையான

கர்மாவாகும். மேலும் அது மகிழ்ச்சியைத் தந்தால், அது ஆரோக்கியமான/நற்பயன் அல்லது நேர்மறை கர்மா. செயல்கள் அதன் இயல்பாகவே நல்லது அல்லது கெட்டது அல்ல - அவை அவற்றின் உந்துதல்கள் மற்றும் அவற்றால் வரும் விளைவுகளுக்கு ஏற்ப மட்டுமே இருக்கும். மகிழ்ச்சி மற்றும் அதிர்ஷ்டம் எதுவாக இருந்தாலும், நம் வாழ்வில் நாம் அனுபவிக்கும் நேர்மறை செயல்களில் இருந்து வருகிறது, அதே சமயம் நமது பிரச்சனைகள் நமது சொந்த எதிர்மறை செயல்களால் விளைகின்றன.

எதிர்மறை கர்மா எவ்வாறு உருவாகிறது?

எதிர்மறையான கர்மாவை உருவாக்க விரும்பவில்லை என்றால், கீழ்கண்ட பத்து ஆரோக்கியமற்ற.நற்பயன்ற செயல்கள் தவிர்க்கப்பட வேண்டும்.

1. கொலை
2. திருடுதல்
3. பாலியல் தவறான நடத்தை
4. பொய்
5. கதைப் பேசுதல்
6. வெறுப்பான பேச்சு
7. வெட்டி பேச்சு
8. ஏக்கம் (பேராசை)
9. வெறுப்பு (கோபம்)
10. தவறான கருத்து

நேர்மறை கர்மா எவ்வாறு உருவாக்கப்படுகிறது?

நேர்மறையான கர்மாவை உருவாக்குவதற்கு ஒருவர் முயற்சி செய்ய வேண்டிய பத்து ஆரோக்கியமான நற்பயன் செயல்கள் உள்ளன. (பத்து ஆரோக்கியமான நற்பயனற்ற செயல்களில் பத்து ஆரோக்கியமற்ற செயல்களைத் தவிர்ப்பதும் அடங்கும்).

1. தொண்டு ஈகை
2. சுய கட்டுப்பாடு
3. தியானம்
4. போற்றரவு/ தலைவணங்கல்.
5. சேவை
6. நற்பண்புகளை பகிர்தல்
7. மற்றவர்களின் நற்பண்புகளில் மகிழ்ச்சி அடைதல்
8. தர்மத்தைக் கேட்டல்/உற்றுக்கேட்டல்
9. தர்மத்தை போதித்தல்
10. நேர்த்தியான பார்வை/கருத்து

கர்மாவை ஒன்றுசேர்ந்து உருவாக்க முடியுமா?

கர்மா என்பது கூட்டானது மற்றும் தனிப்பட்டது. கூட்டு கர்மா என்பது ஒரு குழுவாக இணைந்து செய்யப்படும் செயல். உதாரணமாக, ஒரு குழு மக்கள் ஒன்றுசேர்ந்து கொல்லுவது. இந்தச் செயலின் முடிவுகளை எதிர்கால வாழ்விலும் கூட, குழுவாகச் சேர்ந்து அனுபவிக்க முடியும். இருப்பினும் குழுவின் ஒவ்வொரு உறுப்பினரும் வேறுபட்டு சிந்திக்கிறார்கள், பேசுகிறார்கள் மற்றும் செயல்படுகிறார்கள், இதனால் இது தனிப்பட்ட கர்மாவை உருவாக்குகிறது, அதன் முடிவுகளை ஒருவர் மட்டுமே அனுபவிக்க முடியும்.

கர்மாவைக் கட்டுப்படுத்துவது யார்?

நாம் செய்யும் செயல்களுக்கான "வெகுமதிகள் மற்றும் தண்டனைககளை" தீர்மானிப்பவர்கள் யாரும் இல்லை. நமது செயல்களுக்கான காரணங்களை நாமே உருவாக்கி, நாமே அதன் விளைவுகளை அனுபவிக்கிறோம். நம் சொந்த அனுபவங்களுக்கு நாமே பொறுப்பு. புத்தர் கர்மாவின் விதியைக் கண்டுபிடித்தார்; அவர் அதை உருவாக்கவில்லை. இந்த இயற்கை விதியை யாரும் உருவாக்கவில்லை. கர்மாவின் விதியை நமக்குக் கற்பிப்பதன் மூலம், வலியைத் துன்புறுவலை தவிர்ப்பதற்கும் உண்மையான மகிழ்ச்சியை அடைவதற்கும் காரணம் மற்றும் விளைவுகளின் செயல்பாட்டிற்குள் எவ்வாறு செயல்பட வேண்டும் என்பதை புத்தர் நமக்குக் காட்டினார்.

எல்லாமே கர்மாவுக்கு உட்பட்டதா?

நடப்பது, உட்காருவது அல்லது தூங்குவது போன்ற "மனம் இல்லாத/ விழிப்புணர்வுற்ற" நடுநிலை செயல்களுக்கு கர்மாவின் விதிகள் பொருந்தாது. இத்தகைய செயல்கள் தங்களுக்குள் உள்ள செயல்களைத் தவிர வேறு விளைவுகளை ஏற்படுத்தாது. இருப்பினும், ஒருவர் வேண்டுமென்றே நினைத்து செய்யும் எண்ணங்களுக்கு கர்மா பொருந்தும். அதேபோல், விபத்துகள் நடுநிலையான கர்மாவாக கருதப்படுகின்றன, ஏனெனில் அவை தற்செயலானவை. இருப்பினும், விபத்துகள் ஏற்படாத வகையில் நமது விழுப்புணர்வை அதிகரிக்க நாம் எப்போதும் உழைக்க வேண்டும்.

கர்மா மாறுமா?

கர்மா நெகிழ்வில்லாமல் நிலையானது அல்ல - அது விதி அல்லது மாறா ஊழ் நியதி அல்ல. சில சமயங்களில் வேண்டுமென்றே செய்யும் செயல்கள் சாதகமான சூழ்நிலைகள் இருக்கும் போது அவற்றின் விளைவுகளை உருவாக்குகின்றன. மக்கள் தங்கள் கடந்தகால செயல்களின் விளைவுகளை (கர்மா) தற்போது அனுபவித்தாலும், தற்போதைய செயல்கள் மற்றும் அணுகுமுறை மூலம் இந்த கடந்தகால செயல்களின் விளைவுகளை மாற்றவோ, குறைக்கவோ அல்லது அதிகரிக்கவோ முடியும், இது உடனடி மற்றும் எதிர்கால வாழ்க்கையை பாதிக்கும். கர்மாவின் விதிகளை புரிந்துகொள்வது, நாம் எப்படி இருக்கிறோம் என்பதை உணர உதவுகிறது. கர்ம விதியைப் புரிந்துகொள்வது என்பது நாம் என்னவாக இருக்க நினைக்கறோமே அதை உணர உதவுகிறது. நமது ஊழ் வினைக்கு நாமே முழுப் பொறுப்பு.

நமது கர்மாவை நாம் எப்படி அறிவோம்?

பல்வேறு செயல்களின் முடிவுகளைப் பற்றிய பொதுவான வழிகாட்டுதல்களை புத்தர் நமக்கு வழங்கினார். உதாரணமாக, புத்தர் நமக்குக் கற்பித்தது, கொல்வது குறுகிய ஆயுட்காலம் தரும் மற்றும் பெருந்தன்மை செல்வத்தை விளைவிக்கும். இருப்பினும், ஒரு புத்தரின் சர்வ அறிவுள்ள மனம் மட்டுமே கர்மாவின் முழுமையான இயக்கவியலைப் புரிந்து கொள்ள முடியும்.

செயல்களின் செயல்பாடு மற்றும் அவற்றின் முடிவுகளில் நெகிழ்வுத்தன்மை உள்ளது. எடுத்துக்காட்டாக, மற்றவர்களைத் தொடர்ந்து அவமதிப்பது நமக்கு துரதிர்ஷ்டவசமான மறுபிறப்பைக் கொண்டுவருகிறது என்பதை நாம் அறிந்திருந்தாலும், நாம் எந்த வடிவத்தில் மறுபிறவி எடுப்போம் என்பது மாறுபடும். செயல் மிகவும் கடுமையானதாக இருந்தால்-உதாரணமாக, கடுமையான கோபத்துடன் பலரைத் திரும்பத் திரும்பத் துஷ்பிரயோகம் செய்தோம், அவர்களின் உணர்வுகளைப் புண்படுத்திவிட்டோம் என்று மகிழ்ச்சியடைந்தோம் என்றால், சாதாரணமாக யாரையாவது கிண்டல் செய்துவிட்டு, பின்னர் நமது உணர்வின்மைக்கு வருந்துவதை விட, அதன் விளைவு விரும்பத்தகாததாக இருக்கும். கர்ம விதை முதிர்ச்சியடையும் நேரத்தில் இருக்கும் நிலைமைகள் பொறுத்து அது என்ன குறிப்பிட்ட முடிவுகளைத் தருகிறது என்பதையும் பாதிக்கிறது.

கர்மா எப்போதும் நியாயமானதா?

செல்வந்தர்களாக இருக்கும் நேர்மையற்ற மனிதர்களையோ, பலசாலிகளான கொடூரமானவர்களையோ அல்லது இளமையில் இறக்கும் கருணையுள்ளவர்களையோ பார்க்கும்போது, கர்மாவின் விதிகளை நாம் சந்தேகிக்கலாம். ஆனால் இந்த ஜென்மத்தில் நாம் அனுபவிக்கும் பல பலன்கள் முந்தைய வாழ்க்கையில் செய்த செயல்களின் விளைவுகளாகும், மேலும் இந்த வாழ்க்கையில் நாம் செய்யும் சில செயல்கள் எதிர்கால வாழ்க்கையில் மட்டுமே முதிர்வடையும் - இது நீண்ட கால கர்மா என்று அழைக்கப்படுகிறது. (குறுகிய

கால கர்மா என்பது குறுகிய காலத்திற்குள் முடிவுகளைக் காட்டுவதாகும்). நேர்மையற்றவர்களின் செல்வம் கடந்தகால வாழ்க்கையில் அவர்களின் பெருந்தன்மையின் விளைவாக இருக்கலாம். இருப்பினும், அவர்களின் தற்போதைய நேர்மையின்மை, கர்ம விதைகளை எதிர்கால வாழ்க்கையில் வறுமையை அனுபவிக்க விதைக்கிறது . அதேபோல், கொடூரமான மனிதர்களுக்கு மரியாதை மற்றும் அதிகாரம் வழங்கப்படுவது அவர்கள் கடந்த காலத்தில் செய்த நேர்மறையான செயல்களின் காரணமாகும். நிகழ்காலத்தில், அவர்கள் தங்கள் அதிகாரத்தை துஷ்பிரயோகம் செய்கிறார்கள், இதனால் எதிர்கால துன்புறக்கான காரணத்தை உருவாக்குகிறார்கள். இளமையில் இறந்தவர்கள் கடந்த ஜென்மத்தில் செய்த கொலைகள் போன்ற எதிர்மறையான செயல்களின் விளைவை தற்போது அனுபவிக்கிறார்கள். இருப்பினும், அவர்களின் தற்போதைய கருணை எதிர்காலத்தில் மகிழ்ச்சியை அனுபவிப்பதற்காக அவர்களின் மன ஓட்டங்களில் விதைகளை அல்லது முத்திரைகளை விதைக்கிறது.

நாம் நிச்சயமாக எதிர்மறை கர்மாவை அனுபவிப்போமா?

விதைகள், சிறியவை கூட நிலத்தில் நடப்பட்டால், அவை முடிவில் முளைக்கும் - நீர், சூரிய ஒளி மற்றும் உரங்கள் போன்ற வளர்ச்சிக்குத் தேவையான நிலைமைகளைப் பெறாவிட்டால் ஒழிய. கர்ம முத்திரைகள் அல்லது விதைகளை வேரோடு பிடுங்குவதற்கான இறுதி வழி, உள்ளார்ந்த இருப்பின் வெறுமை நிலையை

தியானிப்பதாகும். குழப்பமான மனோபாவங்களையும் கர்ம முத்திரைகளையும் முழுவதுமாகத் தூய்மைப்படுத்த இதுவே வழி. நம் மட்டத்தில், இது மிகவும் கடினமாக இருக்கலாம், ஆனால் அவற்றை சுத்திகரிப்பதன் மூலம் தீங்கு விளைவிக்கும் முத்திரைகள் முதிர்வாகாமல் தடுக்கலாம். இது விதைக்கு நீர், சூரிய ஒளி மற்றும் உரங்களைப் பெறுவதைத் தடுப்பது போன்றது. மிகவும் நல்லது செய்வது எதிர்மறையான கர்மாவின் தீய விளைவுகளை "நீர்த்துப்போகச் செய்யும்".

எதிர்மறை கர்மாவை நாம் எவ்வாறு தூய்மைப்படுத்துவது?

சுத்திகரிப்பு மிகவும் முக்கியமானது, ஏனெனில் இது எதிர்கால துன்பத்தைத் தடுக்கிறது மற்றும் குற்றப்பொறுப்பை நீக்குகிறது. நம் மனதைத் தூய்மைப்படுத்துவதன் மூலம், நாம் அதிக அமைதியைப் பெற முடியும், மேலும் தர்மத்தைப் புரிந்துகொள்ளும் சிறந்த திறனைப் பெறுகிறோம். எதிர்மறை முத்திரைகள் அல்லது விதைகளை சுத்திகரிக்க பயன்படுத்தப்படும் நான்கு எதிரி சக்திகள்:

1. வருத்தம்

2. இந்த செயலை மீண்டும் செய்யக்கூடாது என்ற உறுதி

3. மும்மாணி சரணம் பெறுதல்

மற்றும் மற்றவர்கள் மீது இரக்கத்தை உருவாக்குதல்

4. உண்மையான தீர்வு நடைமுறை

(நேர்மறையான செயல்-

மன்னிப்பு கேட்பது, சாத்தியமான திருத்தங்களைச் செய்தல்,

தியானம் மற்றும் ஜபம் பயிற்சி செய்வது உட்பட)

நான்கு எதிரணி சக்திகள் மீண்டும் மீண்டும் நடைமுறை படுத்த வேண்டும். நாம் பல எதிர்மறை செயல்களைச் செய்திருப்பதால், அவை அனைத்தையும் ஒரே நேரத்தில் எதிர்கொள்வதை எதிர்பார்க்க முடியாது. நான்கு எதிரிகளின் சக்திகள் எவ்வளவு வலிமையாக இருக்கின்றனவோ, அந்தச் செயலைத் திரும்பத் திரும்பச் செய்யக் கூடாது என்ற நமது உறுதியும், சுத்திகரிப்பும் அதிக சக்தி வாய்ந்ததாக இருக்கும்.

நாம் யாரை சந்திக்கிறோம் என்பதை கர்மா தீர்மானிக்கிறதா?

ஆம் - ஆனால் எல்லா உறவுகளும் முன்னரே தீர்மானிக்கப்பட்டவை என்று இது அர்த்தப்படுத்துவதில்லை. சில நபர்களுடன் நெருக்கமாக உணர அல்லது முரண்படுவதற்கான சில கர்ம முன்கணிப்புகள் இருக்கலாம், ஆனால் அவர்களுடனான நமது உறவுகள் அதே வழியில் தொடரும் என்று இது அர்த்தப்படுத்துவதில்லை. நம்மைப் பற்றி தவறாகப் பேசுபவர்களிடம் அன்பாக நடந்துகொண்டு, அவர்களுடன் தொடர்பு கொள்ள முயற்சித்தால், உறவுகள் மாறும், எதிர்காலத்தில் மகிழ்ச்சியைத் தரும் நேர்மறையான கர்மாவை உருவாக்கும்.

நாம் மற்றவர்களுக்கு கர்ம ரீதியாக கட்டுப்பட்டவர்கள் அல்ல - நமக்கென்று மட்டுமே என்று சிறப்பு நபர்கள் இல்லை. நாம் பல கடந்தகால வாழ்க்கையைப் பெற்றிருப்பதால், ஒவ்வொரு உயிரினத்துடனும் இதற்கு

முன் ஏதோ ஒரு கட்டத்தில் தொடர்பு கொண்டிருந்தோம். எந்தவொரு குறிப்பிட்ட நபருடனான நமது உறவும் தொடர்ந்து மாறுகிறது. இருப்பினும், கடந்தகால கர்ம தொடர்புகள் நமது தற்போதைய உறவுகளை பாதிக்கலாம். உதாரணமாக, கடந்தகால வாழ்க்கையில் யாராவது நமது ஆன்மீக வழிகாட்டியாக இருந்திருந்தால், இந்த வாழ்நாளில் நாம் அந்த நபரிடம் ஈர்க்கப்படலாம், மேலும் அவர் அல்லது அவள் நமக்கு தர்மத்தை கற்பிக்கும்போது, அது நம் மீது மிகவும் வலுவான விளைவை ஏற்படுத்தக்கூடும்.

மற்றவர்கள் எதிர்மறை கர்மாவால் பாதிக்கப்பட்டால், அவர்களுக்கு நாம் உதவ முடியுமா?

துயர்மிகு வாழ்க்கை எப்படி இருக்கும் என்பதை நாம் அறிவோம், மற்றவர்கள் தங்கள் அழிவுகரமான செயல்களின் விளைவுகளை அனுபவிக்கும் போது அப்படித்தான் உணர்கிறார்கள். எனவே பச்சாதாபம் மற்றும் கருணையின் காரணமாக, நாம் நிச்சயமாக உதவ வேண்டும். மற்றவர்கள் தங்கள் கஷ்டங்களை அனுபவிக்க காரணங்களை உருவாக்கினாலும், நம்மிடமிருந்து உதவி பெறுவதற்கான காரணங்களையும் அவர்கள் உருவாக்கியிருக்கலாம்! துன்புறுவலை தவிர்க்க முயற்சிக்கும் போதும் மகிழ்ச்சியை விரும்பும் போதும் நாம் அனைவரும் ஒரே மாதிரியாக இருக்கிறோம். அது யாருடைய வலி அல்லது பிரச்சனை என்பது முக்கியமல்ல - நாம் நிவர்த்தி செய்ய முயற்சிக்க வேண்டும் அது. உதாரணமாக, "ஏழைகள் தங்கள் கடந்தகால வாழ்க்கையின் கஞ்சத்தனத்தால் ஏழைகளாக இருக்கிறார்கள். நான் உதவ முயற்சித்தால் அவர்களின்

கர்மாவில் தலையிடுவேன். என்பது ஒரு கொடூரமான தவறான கருத்து. காரணம் மற்றும் விளைவு சட்டத்தை தவறாகப் புரிந்துகொண்டு நமது சொந்த சோம்பேறித்தனம், அக்கறையின்மை அல்லது பொறாமை ஆகியவற்றை ஒருபோதும் நியாயப்படுதக்கூடாது. நமது சொந்த ஆன்மீக வளர்ச்சிக்கும் உலக அமைதிக்கும் கருணை உணர்வுடன் கூடிய பொறுப்பு முக்கியமானது.

10. மறுபிறப்பு, ஆறு உலகங்களில்

மறுபிறப்பு என்பது ஒருவரின் மனம் இறந்தவுடன் ஒரு புதிய உடலைப் பெறுவதைக் குறிக்கிறது. நமது மனம் என்பது நமது உருவமற்ற உணர்ச்சி நிலை மற்றும் அறிவாற்றல் அனுபவங்கள் அனைத்தையும் குறிக்கிறது. நாம் உயிருடன் இருக்கும்போது, உடலும் மனமும் ஒன்றோடொன்று இணைக்கப்பட்டிருந்தாலும், மரணத்தில் அவை பிரிந்து விடுகின்றன. உடல் ஒரு சடலமாக மாறுகிறது, மேலும் மனம் மற்றொரு உடலை எடுத்துக்கொண்டு தொடர்கிறது. மாறும் உணர்வு நிலையின் தொடர்ச்சியை வலியுறுத்த, மனதைக் குறிக்க "மன ஓட்டம்" என்ற வார்த்தையைப் பயன்படுத்துகிறோம். ஒவ்வொரு நபருக்கும் ஒரு மன ஓட்டம் உள்ளது.

மறுபிறப்பு எப்போது தொடங்கியது?

வாழ்க்கையிலிருந்து வாழ்க்கையை நோக்கிச் செல்லும் நம் மனதுக்கு ஆரம்பம் இல்லை - அதன் தொடர்ச்சி எல்லையயற்றது. நம் மனதின் ஒவ்வொரு கணமும் அதன் தொடர்ச்சியே முந்தைய தருணம். நாம் யார், நாம் என்ன நினைக்கிறோம் மற்றும் உணர்கிறோம் என்பது நேற்று நாம் யார் என்பதைப் பொறுத்தது. நமது தற்போதைய

மனம் கடந்த கால மனதின் தொடர்ச்சி. நமது மனதின் ஒரு கணம் நமது மனதின் முந்தைய கணத்தால் ஏற்பட்டது. இந்தத் தொடர்ச்சி குழந்தைப் பருவத்தில் இருந்தும், நாம் நம் தாயின் வயிற்றில் கருவாக இருந்த காலத்திலும் கூடத் தொடரலாம். கருத்தரிக்கும் காலத்திற்கு முன்பே, நமது மன ஓட்டம் மற்றொரு உடலில் இருந்தது.

கணித எண் கோட்டின் எடுத்துக்காட்டைப் பயன்படுத்தி, பூஜ்ஜிய நிலையில் இருந்து இடதுபுறமாகப் பார்த்தால், முதல் எதிர்மறை எண் இல்லை, வலதுபுறம் பார்த்தால், அதிகபட்ச கடைசி எண் இல்லை - மேலும் அடுத்த ஒன்றை நாம் எப்போதும் இருபுறமும் சேர்க்கலாம். அதுபோலவே, நமது மனப்போக்குக்கு தொடக்கமும் முடிவும் இல்லை. நாம் அனைவரும் எண்ணற்ற கடந்தகால மறுபிறப்புகளைப் பெற்றிருக்கிறோம், மேலும் நம் மனம் முடிவில்லாமல் தொடர்ந்து இருக்கும். நமது மன ஓட்டங்களைத் தூய்மைப்படுத்துவதன் மூலம், நமது எதிர்கால இருப்பை சிறப்பாகவும் அதிசிறப்பாகவும் மாற்ற முடியும்.

மறுபிறப்புக்கு என்ன காரணம்?

அனைத்து உணர்வுள்ள உயிரினங்களும் புத்ததன்மையைக் (புத்தர்களாக மாறுவதற்கான சாத்தியம்) கொண்டிருந்தாலும், அவர்களின் மனம் ஆரம்ப காலத்திலிருந்தே அறியாமையால் மூடப்பட்டுள்ளது. அறியாமையிலிருந்து (மாயை) இருந்து ஏக்கம் (பேராசை) மற்றும் வெறுப்பு (பெரு வெறுப்பு) வருகிறது, இது மரணம் மற்றும் பிற அதிருப்திகளை வெறுக்கும்போது அல்லது நிராகரிக்கும்போது, வாழ்க்கை மற்றும் அதன் மாயையான

இன்பங்களின் மீது தொடர்ந்து பேராசையுடன் இருக்கச் செய்கிறது. அறியாமையின் ஒவ்வொரு கணமும் ஆரம்ப ஆரம்பம் இல்லாமல் முந்தைய தருணத்திலிருந்து இறுத்து உண்டாகிறது . அறியாமைக்கு ஆரம்பம் இல்லை என்றாலும், அறிவொளி ஞானத்தில் மெய் ஞானம் அடைவதன் மூலம் அதை அழிக்க முடியும்.

மறுபிறப்பு எப்படி நிகழ்கிறது?

தொட்டுணரக்கூடிய உணர்வுகளை பார்க்க, கேட்க, வாசனை, சுவை மற்றும் உணரும் புலன் உணர்வுகள் மற்றும் மொத்த மன உணர்வு நாம் உயிருடன் இருக்கும்போது தீவிரமாக செயல்படுகிறது. ஒருவர் இறக்கும் போது, அவை செயல்படுவதை நிறுத்தி, நுட்பமான மன உணர்வுக்குள் உட்கிரகிக்கபடுகின்றன.

நுட்பமான மனம் இந்த வாழ்க்கையில் வளர்ந்த மற்றும் நிபந்தனைக்குட்பட்ட அனைத்து போக்குகள், விருப்பங்கள், திறன்கள் மற்றும் பண்புகளுடன் நாம் செய்த செயல்களின் (கர்மா) முத்திரைகளைத் தாங்குகிறது.

மரணத்திற்குப் பிறகு, நுட்பமான மனம் ஒரு உடலை விட்டு வெளியேறி, இடைநிலைக்குச் சென்று மற்றொரு உடலில் கருவுற்ற முட்டையில் தன்னை மீண்டும் நிலைநிறுத்துகிறது. பிறகு, கருவுற்ற தருணத்தில் நுட்பமான மனம் மற்றொரு உடலுடன் இணைகிறது, மொத்த உணர்வு மற்றும் மன உணர்வுகள் மீண்டும் தோன்றும், அந்த நபர் மீண்டும் பார்க்கிறார், கேட்கிறார், சிந்திக்கிறார் இன்னும் பல.

ஒரு வாழ்க்கையிலிருந்து அடுத்த வாழ்க்கைக்குச் செல்லும் நுட்பமான மனம், தொடர்ந்து மாறிக்கொண்டே இருக்கும் நிகழ்வு. இது ஒரு ஆன்மாவாகவோ அல்லது நிலையான ஆளுமையாகவோ கருதப்படுவதில்லை. இவ்வாறாக தனிமனிதன் மறுபிறவி பெற்று, கொண்டு செல்லப்பட்ட மனப் பண்புகளாலும், புதிய சூழலாலும் கட்டுப்படுத்தப்பட்ட ஆளுமையை வளர்த்துக் கொள்கிறான். கல்வி, பெற்றோரின் தாக்கம், சமூகம் போன்ற நனவான முயற்சிகள் மற்றும் கட்டுப்படுத்தும் சூழ்நிலையமைப்பு காரணிகளால் ஆளுமை மாறும் மற்றும் மாற்றியமைக்கப்படும். மரணத்தில், அது ஒரு புதிய கருவுற்ற முட்டையில் தன்னை மீண்டும் நிலைநிறுத்துகிறது. இறப்பதும், மறுபிறவி எடுப்பதுமான இந்த செயல்முறை, அதை உண்டாக்கும் நிலைமைகள் (ஏங்குதல், வெறுப்பு மற்றும் அறியாமை) நிறுத்தப்படும் வரை தொடரும். அவர்கள் அவ்வாறு செய்யும்போது, மறுபிறவிக்கு பதிலாக, மனம் நிர்வாணம் (அறிவொளி) என்ற நிலையை அடைகிறது, அது எல்லா துன்பங்களிலிருந்தும் விடுவிக்கப்படுகிறது.

மனம் ஒரு உடலில் இருந்து இன்னொரு உடலுக்கு எப்படி செல்கிறது?

நமது மன ஓட்டங்கள் ரேடியோ அலைகளைப் போன்றது, இது வெவ்வேறு அதிர்வெண்களில் கடத்தப்படும் ஆற்றல். ரேடியோ அலைகள் ஒளிபரப்பப்பட்டு, விண்வெளி வழியாக பயணித்து, ஏற்பியால் ஈர்க்கப்பட்டு, மற்றும் தேர்வு செய்யப்படுகின்றன, அதே ஒத்தியைவிப்பு மூலம் இசையாக ஒளிபரப்பப்படுகின்றன. இது மன ஆற்றலுக்கு ஒத்ததாகும்.

மரணத்தின் போது, மன ஆற்றல் விண்வெளியில் பயணிக்கிறது, கருவுற்ற முட்டையால் ஈர்க்கப்பட்டு, மீள் உருவாக்கப்படுகிறது. கரு வளரும்போது, அதன் மூளையில் தன்னை மையப்படுத்துகிறது, அங்கிருந்து அது தன்னை புதிய ஆளுமையாக "ஒளிபரப்புகிறது".

மறுபிறப்பு நல்லதா?

மறுபிறப்பு பற்றிய கருத்து மிகவும் ஆறுதலாக இருக்கும், ஏனெனில் இது இந்த வாழ்க்கையில் நீங்கள் செய்த தவறுகளைத் திருத்துவதற்கான வாய்ப்புகளை வழங்குகிறது, மேலும் இந்த வாழ்க்கையில் நீங்கள் வளர்த்துக் கொண்ட திறன்கள் மற்றும் திறன்களை மேலும் மேம்படுத்துவதற்கு கால அவகாசத்தை வழங்குகிறது. இந்த பிறவியில் நீங்கள் அறிவொளி பெறத் தவறினால், அடுத்த முறை மீண்டும் முயற்சிக்க உங்களுக்கு வாய்ப்பு கிடைக்கும். இந்த வாழ்க்கையில் நீங்கள் தவறு செய்திருந்தால், உங்கள் தவறுகளிலிருந்து நீங்கள் கற்றுக்கொள்ள முடியும். இந்த வாழ்க்கையில் உங்களால் செய்ய முடியாத அல்லது சாதிக்க முடியாத விஷயங்கள் அடுத்த பிறவியில் சாத்தியமாகலாம். இறுதியில், புத்த மதத்தின் நோக்கம் மறுபிறப்பு சுழற்சி சக்கரத்தை முடிவுக்குக் கொண்டுவருவதாகும் - பிறப்பு மற்றும் இறப்பு சுழற்சியில் இருந்து விடுபடுவது, இது மீளாத துயரம் / துன்பம். இரக்கத்தால், விடுவிக்கப்பட்ட ஒருவர் (அறிவொளி பெற்றவர்) மற்றவர்களுக்கு விடுதலைக்கான பாதையைக் காட்டவும் உதவ முடியும்.

என் கடந்தகால வாழ்க்கையை என்னால் நினைவில் கொள்ள முடியுமா?

அறியாமையால் மறைக்கப்பட்ட நம் மனதால், கடந்த காலத்தை நினைவில் கொள்ள கடினமாக உள்ளது. மேலும், நாம் இறந்து மீண்டும் பிறக்கும்போது நம் உடலிலும் மனதிலும் பல மாற்றங்கள் ஏற்படுவதால், நினைவில் கொள்ள கடினமாகுகிறது. எதையாவது நினைவில் வைத்துக் கொள்ளாவிட்டால் அது இல்லை என்று அர்த்தமல்ல - சில சமயங்களில் நாம் ஒரு காரை நிறுத்திய இடத்தை மறந்துவிடுகிறோம்! இருப்பினும், சிலர் தியானத்தில் தங்கள் கடந்த கால வாழ்க்கையை நினைவில் கொள்ளலாம்.

எனது கடந்த கால வாழ்க்கையை நான் தெரிந்து கொள்ள வேண்டுமா?

நாம் நமது தற்போதைய வாழ்க்கையை எப்படி வாழ்கிறோம் என்பதை அறிந்து கொள்வது மிகவும் முக்கியமானது. நம் கடந்தகால வாழ்க்கையில் நாம் எப்படி இருந்தோம் என்பதை அறிவது எதிர்மறையான செயல்களைத் தவிர்ப்பதற்கு அல்லது மறுபிறப்பிலிருந்து நம்மை விடுவிப்பதற்கான உறுதியை உருவாக்க உதவினால் மட்டுமே பயனுள்ளதாக இருக்கும். முக்கியமானது என்னவென்றால், நமது முந்தைய எதிர்மறை செயல்களைச் சுத்தப்படுத்துவது, மேலும் உருவாக்குவதைத் தவிர்ப்பது மற்றும் நேர்மறையைக் ஆற்றலைச் ஒருமுகப்படுத்துவது. நமது நல்ல குணங்களை வளர்த்துக்கொள்ளும் திறன். நமது கடந்த கால

வாழ்க்கையைப் பற்றி தெரிந்து கொள்ள வேண்டுமானால், நமது தற்போதைய வாழ்க்கையின் நிலையை மட்டுமே பார்க்க வேண்டும். நம் எதிர்கால வாழ்க்கையைப் பற்றி தெரிந்து கொள்ள வேண்டுமானால், நாம் இப்போது என்ன செய்கிறோம் என்பதை மட்டும் பார்க்க வேண்டும். இதற்குக் காரணம், நமது கடந்த காலச் செயல்களின் பயனாகவே நமது தற்போதைய மறுபிறப்பைப் பெற்றுள்ளோம். ஒரு மனித மறுபிறப்பு ஒரு அதிர்ஷ்டமான ஒன்றாகும், அதற்கு காரணத்தை நாம் நமது முந்தைய வாழ்க்கையில் நெறிமுறையாக வாழ்ந்தோம். மறுபுறம், நாம் இப்போது என்ன நினைக்கிறோம், சொல்கிறோம், என்ன செய்கிறோம் என்பதைப் பொறுத்து நமது எதிர்கால மறுபிறப்புகள் தீர்மானிக்கப்படும். எனவே, நமது தற்போதைய அணுகுமுறைகளைப் பார்த்து, அவை ஆக்கப்பூர்வமானதா அல்லது அழிவுகரமானதா என்பதை ஆராய்வதன் மூலம் நாம் எந்த வகையான மறுபிறப்புகளைப் பெறுவோம் என்பதைப் பற்றிய ஒரு கருத்துருவம் பெறலாம். நமக்கு என்ன ஆகப்போகிறது என்று ஜோசியம் சொல்பவரிடம் செல்ல வேண்டிய அவசியமில்லை - நமது எண்ணங்கள், வார்த்தைகள் மற்றும் செயல்களால் நம் மனதின் ஓட்டங்களில் நாம் விட்டுச்செல்லும் முத்திரைகளை நாம் வெறுமனே கருத்தில் கொள்ளலாம்.

நான் எப்படி மறுபிறவி எடுப்பேன் என்பதை எது தீர்மானிக்கிறது?

நாம் எங்கு மீண்டும் பிறக்கப் போகிறோம், எந்த மாதிரியான வாழ்க்கையைப் பெறுவோம் என்பதைப் பாதிக்கும் மிக முக்கியமான காரணி கர்மா - நமது

வேண்டுமென்ற உடல், வாய்மொழி மற்றும் மன செயல்கள். நாம் இப்போது என்னவாக இருக்கிறோம் என்பது கடந்த காலத்தில் நாம் எவ்வாறு சிந்தித்து செயல்பட்டோம் என்பதன் மூலம் தீர்மானிக்கப்படுகிறது. அதேபோல், இப்போது நாம் எப்படி சிந்தித்து செயல்படுகிறோம் என்பது எதிர்காலத்தில் நாம் எப்படி இருப்போம் என்பதைப் பாதிக்கும்.

ஒரு மென்மையான அன்பான நபர் ஒரு சொர்கலோகத்தில் அல்லது இனிமையான அனுபவங்களின் ஆதிக்கம் கொண்ட மனிதனாக மறுபிறவி எடுப்பார். மிகவும் கொடூரமான நபர் ஒரு நரகலோகத்தில் அல்லது வலிமிகுந்த அனுபவங்களின் ஆதிக்கம் கொண்ட மனிதனாக மறுபிறவி எடுப்பார். வெறித்தனமான ஏக்கம், கடுமையான ஏக்கங்கள் மற்றும் ஒருபோதும் திருப்தி அடைய முடியாத தீவிர லட்சியங்களை வளர்க்கும் நபர் ஆவல் நிறைந்த ஆவியாக அல்லது அதிகப்படியான ஆசையால் விரக்தியடைந்த மனிதனாக மறுபிறவி எடுப்பார். இந்த வாழ்க்கையில் எந்த மனப் பழக்கம் வலுவாக வளர்கிறதோ அது அடுத்த பிறவியிலும் தொடரும்.

நான் எங்கு மீண்டும் பிறக்கிறேன் என்பதை நான் தீர்மானிக்க முடியுமா?

ஆம் - அதனால்தான் உன்னத எட்டு மடங்கு பாதையின் நிலைகளில் ஒன்று சரியான முயற்சி. நாம் எவ்வாறு மறுபிறப்பு செய்கிறோம் என்பது மாற்றத்திற்கு நாம் எவ்வளவு ஆற்றலைச் செலுத்துகிறோம் மற்றும் நமது பழக்கவழக்கங்கள் எவ்வளவு வலிமையானவை என்பதைப்

பொறுத்தது. சிலர் தங்கள் கடந்தகால பழக்கவழக்கங்களின் தாக்கத்தினால் வாழ்க்கையை மாற்ற முயற்சி செய்யாமல் வெறுமனே கடந்து செல்கிறார்கள். அப்படிப்பட்டவர்கள் தங்கள் எதிர்மறையான பழக்கங்களை மாற்றிக் கொள்ளாத பட்சத்தில் தொடர்ந்து பாதிக்கப்படுவார்கள். எதிர்மறையான பழக்கங்கள் எவ்வளவு காலம் நீடிக்கும், அந்த அளவிற்கு அவற்றை மாற்றுவது மிகவும் கடினம்.

இதைப் புரிந்துகொண்டு, விரும்பத்தகாத விளைவுகளைக் கொண்ட மனப் பழக்கங்களை உடைத்து, இனிமையான மற்றும் மகிழ்ச்சியான முடிவுகளைக் கொண்ட மனப் பழக்கங்களை வளர்த்துக் கொள்ள ஒவ்வொரு வாய்ப்பையும் பயன்படுத்திக் கொள்ள வேண்டும். தியானம் என்பது மனதின் பழக்கவழக்கங்களை மாற்றியமைப்பதற்கும், கனிவான மற்றும் புத்திசாலித்தனமான வழிகளில் சிந்திக்கவும், பேசவும், செயல்படவும் பயிற்சியளிக்கும் ஒரு நுட்பமாகும். ஆன்மீக வாழ்க்கை முழுவதுமே மனதைத் தூய்மைப்படுத்துவதற்கும் விடுவிப்பதற்கும் பயிற்சி அளிப்பதாகும்.

மறுபிறப்புக்கு ஒரு எடுத்துக்காட்டு

பொறுமையாகவும், கனிவாகவும் இருப்பது உங்களின் கடந்தகால வாழ்க்கையில் உங்களின் குணாதிசயத்தின் ஒரு பகுதியாக இருந்திருந்தால், தற்போதைய வாழ்க்கையில் இத்தகைய போக்குகள் மீண்டும் வெளிப்படும். நிகழ்கால வாழ்வில் அவை வலுப்பெற்று

வளர்ந்தால், எதிர்கால வாழ்வில் இன்னும் வலுவாகவும் தெளிவாகவும் மீண்டும் வெளிப்படும். நீண்ட காலமாக நடைமுறையில் உள்ள பழக்கவழக்கங்களை உடைப்பது கடினம் என்ற எளிய கவனிக்கக்கூடிய உண்மையை இது அடிப்படையாகக் கொண்டது. நீங்கள் பொறுமையாகவும் கனிவாகவும் இருந்தால், நீங்கள் மற்றவர்களால் அவ்வளவு எளிதில் சீண்டப்பட மாட்டீர்கள். நீங்கள் வெறுப்பு கொள்ளாததால், மக்கள் உங்களை அதிகம் விரும்புவார்கள். எனவே, உங்கள் அனுபவங்கள் மகிழ்ச்சியாக இருக்கும்.

அல்லது கடந்தகால வாழ்க்கையில் உங்கள் மனப் பழக்கவழக்கங்கள் காரணமாக பொறுமையாகவும் கனிவாகவும் இருக்கும் போக்குடன் இந்த வாழ்க்கைக்கு வரலாம். தற்போதைய வாழ்க்கையில் நீங்கள் அவற்றை வலுப்படுத்தவும் வளர்க்கவும் புறக்கணித்தால், அவை படிப்படியாக பலவீனமடைந்து இறந்துவிடும், மேலும் எதிர்கால வாழ்க்கையில் முற்றிலும் இல்லாமல் இருக்கலாம். இதில், இவ்வாறான மனப்பான்மைகள் உருவாக்கும் அனைத்து விரும்பத்தகாத அனுபவங்களையும் கொண்டு, இம்மையிலோ அல்லது மறுமையிலோ, ஒரு குறுகிய கோபம், கோபம் மற்றும் குரூரமானது வளரக்கூடிய வாய்ப்பு உள்ளது.

இருப்பினும், நீங்கள் தற்போதைய வாழ்க்கைக்கு குறுகிய மனப்பான்மை மற்றும் கோபத்துடன் வந்திருந்தால், அத்தகைய பழக்கங்கள் உங்களுக்கு விரும்பத்தகாதவையே மட்டுமே ஏற்படுத்தும் என்பதை உணர்ந்தால், அவற்றை நேர்மறையான உணர்ச்சிகளுடன் மாற்ற முயற்சி செய்யலாம். நீங்கள் அவற்றை முற்றிலுமாக

நீக்கிவிட்டால், நீங்கள் மோசமான மனநிலையினால் ஏற்படும் விரும்பத்தகாத தன்மையிலிருந்து விடுபடுவீர்கள். உங்களால் இத்தகைய போக்குகளை பலவீனப்படுத்த முடிந்தால், அடுத்த பிறவியில் அவை மீண்டும் வெளிப்படும், அதிக முயற்சியுடன், அவை முற்றிலுமாக அகற்றப்படலாம்-அவற்றின் விரும்பத்தகாத விளைவுகளிலிருந்து உங்களை விடுவிக்கும்.

மறுபிறப்புக்கு ஆதாரம் உள்ளதா?

புத்தமத மறுபிறப்பு, மறுபிறப்பை ஆதரிப்பதற்கான அறிவியல் ஆதாரம் மட்டும் இல்லை, அது மட்டுமே வலுவான ஆதார ஆதாரங்களைக் கொண்ட மறுமை கோட்பாடு ஆகும். கடந்த நாற்பது ஆண்டுகளில், இயல்பு கடந்த உளவியல் வல்லுநர்கள் தங்கள் முந்தைய வாழ்க்கையைப் பற்றிய தெளிவான நினைவுகளைக் கொண்ட சிலரின் அறிக்கைகளைப் ஆராய்ந்து வருகின்றனர். உதாரணமாக, இங்கிலாந்தில், ஒரு 5 வயது சிறுமி தனது "மற்ற தாய் மற்றும் தந்தையை" நினைவுகூர முடியும் என்று கூறினார், மேலும் மற்றொரு நபரின் வாழ்க்கையில் நடந்த நிகழ்வுகள் என்ன என்பதை அவர் தெளிவாக விவரித்தார்.

இயல்பு கடந்த உளவியல் வல்லுநர்கள் வரவழைக்கப்பட்டு, நூற்றுக்கணக்கான கேள்விகளைக் கேட்டனர், அதற்கு அவர் பதிலளித்தார். அவள் ஸ்பெயின் என்று தோன்றிய இடத்தில் ஒரு பழமை நலங்கனிந்த கிராமத்தில் வசிப்பதைப் பற்றி பேசினாள், கிராமத்தின் பெயர், அவள் வாழ்ந்த தெருவின் பெயர், அவளுடைய அண்டை வீட்டாரின் பெயர்கள் மற்றும்

அவளுடைய அன்றாட வாழ்க்கை பற்றிய விவரங்களைக் கொடுத்தாள். இரண்டு நாட்களுக்குப் பிறகு அவள் ஒரு காரில் மோதியதையும், காயங்களால் இறந்ததையும் பற்றி அவள் கண்ணீருடன் பேசினாள். இந்த விவரங்களைச் சரிபார்த்தபோது, அவை துல்லியமாக இருப்பது தெரியவந்தது. அந்தப் பெண் வைத்த பெயருடன் ஸ்பெயின் ஒரு கிராமம் இருந்தது. அவள் பெயரிட்ட தெருவில் அவள் சொன்ன மாதிரி ஒரு வீடு இருந்தது. மேலும், அந்த வீட்டில் வசித்து வந்த இருபத்திமூன்று வயதுடைய பெண் ஒருவர் ஐந்து வருடங்களுக்கு முன்னர் வாகன விபத்தில் உயிரிழந்துள்ளதாக தெரியவந்தது. இப்போது இங்கிலாந்தில் வசிக்கும் 5 வயது சிறுமிக்கு இந்த விவரங்கள் அனைத்தையும் தெரிந்து கொள்வது எப்படி சாத்தியம்? நிச்சயமாக, இது இந்த வகையான ஒரே தனி நிகழ்வாய்வு அல்ல.

எடுத்துக்காட்டாக, வர்ஜீனியா பல்கலைக்கழக உளவியல் துறையின் பேராசிரியர் இயன் ஸ்டீவன்சன் தனது புத்தகங்களில் இதுபோன்ற டஜன் கணக்கான நிகழ்வுகளை விவரித்துள்ளார். அவர் ஒரு அங்கீகாரம் பெற்ற விஞ்ஞானி ஆவார், அவருடைய முன்னாள் வாழ்க்கையை நினைவுகூர்ந்தவர்களின் பல பத்தாண்டு விசாரணையானது புத்தமத போதனையான மறுபிறப்புக்கு மிகவும் வலுவான ஆதாரங்களை அளிக்கிறது.

மறுபிறப்பு என்ன விளக்குகிறது?

கர்மாவும் மறுபிறப்பும் சேர்ந்து பல "தீர்க்கப்படாத" மர்மங்களை விளக்குகின்றன:

- மனிதர்களின் சமனின்மை மற்றும் அவர்களின் அனுபவங்கள்
(இரட்டைக் குழந்தைகள் கூட குணத்தில் வேறுபட்டவர்கள்)
- மேதைகள் மற்றும் குழந்தைகளின் வியப்புக்குரிய திறமைகள்
- தன்னிச்சையாக எழும் குழந்தைகளின் உள்ளுணர்வு விருப்பு வெறுப்புகள்
- பெற்றோருக்கும் அவர்களின் குழந்தைகளுக்கும் இடையே உள்ள அறிவுசார் வேறுபாடுகள்
- உணர்ச்சிகளின் திடீர் எழுச்சி மற்றும் பாத்திர/குண மாற்றங்கள்
- அகால மரணம் மற்றும் எதிர்பாராத நற்பேறு மாற்றங்கள்

எந்த விஞ்ஞானியும் மறுபிறப்பை நம்புகிறார்களா?

தாமஸ் ஹக்ஸ்லி, 19 ஆம் நூற்றாண்டின் பிரிட்டிஷ் பள்ளி அமைப்பில் அறிவியலை அறிமுகப்படுத்தியதற்குக் காரணமானவர் மற்றும் டார்வினின் கோட்பாடுகளைப் வழிமொழிந்த முதல் விஞ்ஞானி, மறுபிறப்பு மிகவும் நம்பத்தகுந்த கருத்து என நம்பினார். அவரது புகழ்பெற்ற புத்தகமான பரிணாமம் மற்றும் நெறிமுறைகள் மற்றும் பிற கட்டுரைகளில், அவர் கூறினார்

"மறு ஜென்ம/ மறுபிறப்பு கோட்பாட்டில், அதன் தோற்றம் எதுவாக இருந்தாலும், ...பௌத்த ஊகங்கள், மனிதனுக்கான பிரபஞ்சத்தின் வழிகளை நம்பத்தகுந்த நிரூபணத்தை உருவாக்குவதற்கான வழிமுறைகளைக் கண்டறிந்துள்ளன. மற்றவைகள்; மிகவும் அவசரமாகச் சிந்திப்பவர்களைத் தவிர வேறு யாரும் உள்ளார்ந்த அபத்தத்தின்

அடிப்படையில் அதை நிராகரிக்க மாட்டார்கள். பரிணாமக் கோட்பாட்டைப் போலவே, மாறுதல் என்பது யதார்த்த உலகில் அதன் வேர்களைக் கொண்டுள்ளது; ஒப்புமையில் இருந்து பெரும் வாதம் வழங்கக்கூடியது போன்ற ஆதரவை அது கோரலாம்."

யுனெஸ்கோவின் டைரக்டர் ஜெனரலாக இருந்த புகழ்பெற்ற பிரிட்டிஷ் விஞ்ஞானி பேராசிரியர் ஜூலியன் ஹக்ஸ்லி மறுபிறப்பு என்பது அறிவியல் சிந்தனைக்கு இசைவானது என்று நம்பினார். அவர் சொன்னார்:

"ஒரு குறிப்பிட்ட வழியில் செயல்படும் ஒரு அனுப்பும் கருவியால் உறுதியான வயர்லெஸ் செய்தி கொடுக்கப்படுவதால், உயிர் பிழைத்திருக்கும் ஆவியின் தனித்துவம் மரணத்தின் போது கொடுக்கப்படுவதற்கு எதிராக எதுவும் இல்லை. ஆனால் வயர்லெஸ் செய்தி ஒரு புதிய, பொருள் அமைப்புடன் தொடர்பு கொள்ளும்போது மட்டுமே மீண்டும் ஒரு செய்தியாக மாறும் என்பதை நினைவில் கொள்ள வேண்டும் - பெறுநருடன். எனவே நமது சாத்தியமான ஆவி (உணர்வு)-வெளியேற்றம். அது. நமது ஆளுமைகள் உடலை அடிப்படையாகக் கொண்டவை. கடத்தும் கருவிக்கு வயர்லெஸ் செய்தியாக; ஆனால் அப்படியானால், இறந்தவர்கள், பிரபஞ்சத்தில் அலைந்து திரியும் வெவ்வேறு வடிவங்களின் இடையூறுகளைத் தவிர வேறொன்றுமில்லை ... மனதைப் பெறும் கருவியாகச் செயல்படக்கூடிய ஏதோவொன்றுடன் தொடர்பு கொள்வதன் மூலம் அவர்கள் உணர்வின் உண்மை நிலைக்குத் திரும்பினர்."

நான் எங்கே மறுபிறவி எடுக்க முடியும்?

புத்தர் இருத்தலுக்கான ஆறு பகுதிகள்/உலோகம் (சம்சாரம்-பரவலான துன்பங்களைக் கொண்ட இந்த உலகம்) உள்ளன என்று கற்பித்தார், அவைகளில் நாம் தொடர்ந்து மீண்டும் மீண்டும் பிறக்கிறோம். இந்த ஆறு பகுதிகளும் ஏக்கம், வெறுப்பு மற்றும் அறியாமை காரணமாக நாம் மீண்டும் மீண்டும் விழும் ஆறு பொது மனநிலைகளுக்கு ஒத்திருக்கிறது. இந்த ஆறு உலகங்களும் நமது உலகத்திலும் மற்ற பரிமாணங்களிலும் உடல் ரீதியாக உள்ளன - சில காணக்கூடியவை மற்றும் மற்றவை காணப்படாதவை. அவை உணர்வுள்ள உயிரினங்களின் கர்மாவின் சக்தியால் வெளிப்படும் உலகங்கள். ஆறு மண்டலங்களும் உளவியல் உலகங்களாகும் (மனநிலைகள்) நாம் மீண்டும் மீண்டும் இந்த வாழ்க்கையில் அல்லது ஒரே நாளில் கூட பெறுகிறோம். இந்த ஆறு மண்டலங்களில் எதுவுமே நிரந்தரமானது அல்ல - சொர்க்கம் அல்லது நரகம் கூட இல்லை. அந்த உலகில் இருப்பதற்கான கர்மா தீர்ந்துபோகும் தருணத்தில், எஞ்சிய கர்ம சக்திகளுக்கு ஏற்ப ஒருவன் மறுபிறவி எடுக்கிறான். முதல் மூன்று உலகங்கள் கீழ் மண்டலங்கள் என்று அழைக்கப்படுகின்றன - அங்கு அதிக துன்பங்கள் ஆதிக்கம் செலுத்துகின்றன. மற்ற மூன்று உலகங்களும் உயர்ந்த பகுதிகள் என்று அழைக்கப்படுகின்றன - அங்கு பொதுவாக அதிக மகிழ்ச்சி உள்ளது, இருப்பினும் துன்பம் இன்னும் உள்ளது. இந்த உலகங்களில் எதுவுமே பாதுகாப்பான புகலிடம் இல்லை-கடவுளின் உலோகம் கூட இல்லை. அனைத்து புத்தர்களும் ஆறு மண்டலங்களில் மறுபிறவியிலிருந்து விடுபட்டுள்ளனர், இருப்பினும்

தர்மத்தைப் போதிக்க இரக்கத்தால் அவற்றில் ஏதேனும் ஒன்றை அவர்கள் வெளிப்படுத்தலாம்.

இருப்பின் ஆறு பகுதிகள்:

1. நரக மனிதர்களின் உலோகம்

2. ஆவல் நிறைந்த ஆவிகளின் உலோகம்

3. விலங்குகளின் உலோகம்

4. மனிதர்களின் உலோகம்

5. உபதேவதைகளின் உலோகம்

6. கடவுள்களின் உலோகம்

நரக உலகம் எது ?

நரகம் என்பது பெரும் வலி மற்றும் வேதனையின் ஒரு பயங்கரமான பரிமாணமாகும், அங்கு உயிரினங்கள் பேய்கள் மற்றும் மிருகங்களால் ஏற்படும் மிகவும் கொடூரமான சித்திரவதைகளுக்கு உட்படுத்தப்படுகின்றன. சூடான நரகங்களின் நெருப்பு வெப்பம் வெறுப்பு மற்றும் பயத்தின் தீவிரத்தன்மைக்கு ஒத்திருக்கிறது, அதே நேரத்தில் குளிர்ந்த நரகங்களின் உறைபனி வெப்பநிலை உணர்ச்சியற்ற-இதயம் கொண்ட ஒழுக்கக்கேடான அக்கறையின்மையின் கொடுமைக்கு ஒத்திருக்கிறது. நரகம் கூட்டாக துணை தளங்களைக் கொண்டுள்ளது, அவை ஒவ்வொன்றும் குறிப்பிட்ட வடிவங்களில் "நிபுணத்துவம்" கொண்டவை. ஒருவரின் வகைக்கு பொருத்தமான கர்ம வெளிப்பாடுகளின் விரும்பத்தகாத செயல்கள்.". நரகத்தில் உள்ள உயிரினங்கள் கோபத்தால் எரிக்கப்படுகின்றன அல்லது பயம் மற்றும் பதட்டத்தால் சித்திரவதை செய்யப்படுகின்றன. தங்களைத்

துன்புறுத்துபவர்கள் தங்கள் குற்ற மனதின் வெளிப்பாடுகள் என்பதை அவர்கள் உணர்வதில்லை. நரகத்தில் வாழும் காலம் பெரும்பாலானவர்களுக்கு தாங்க முடியாத அளவுக்கு நீண்டதாக உணர்கிறது.

நமது உலகில் நரகம்

வன்முறை, வெறுப்பு மற்றும் பயம் "எல்லா இடங்களிலும்" தோன்றும் பூமியில் ஒரு உலகப் போர் நரகத்திற்கு சமமானதாக இருக்கலாம். விமானத்தில் பறப்பது அல்லது தெரியாத இடத்தில் நுழைவது போன்ற வலுவான தனிப்பட்ட அச்சக்கோளாறு/ வெறுப்புக்கோளாறு/ ஃபோபியாக்களை எதிர்கொள்ள வேண்டிய கட்டாயத்தில் இருப்பதும் நரக அனுபவங்களாக இருக்கலாம்.

நான் ஒரு நரகவாசியா ?

"மனித நரக மனிதர்கள்" உலகத்தை ஆபத்தான அந்நியர்கள் நிறைந்ததாகப் பார்த்து தங்கள் ஆதாயத்தைப் பெறுவதற்காக வாழ்க்கையை வாழலாம். எல்லோரும் தொடர்ந்து மிரட்டுவதாகத் தெரிகிறது. அவர்கள் சந்திக்கும் அனைத்துடனும் வெளிப்படையான பகை நிலையில் இருப்பதால், அவர்களின் அச்சுறுத்தல்களை அகற்றுவது அல்லது தவிர்ப்பது அவர்களின் பிரதான உந்துதல். அவர்கள் பாதுகாப்பின்மையின் வேதனைகளை அனுபவிக்கிறார்கள் மற்றும் கற்பனை செய்த தவறுகளின் வலியையும் அவமானத்தையும் உணர்கிறார்கள். அவர்கள் மற்றவர்களிடம் எப்படி நடந்துகொள்கிறார்கள் என்பதன் காரணமாக, அவர்கள் கற்பனை எதிரிகளை உருவாக்குகிறார்கள். நரகவாசிகள் குற்ற உணர்வு,

வெறுப்பு, பயம் மற்றும் வன்முறை போன்ற மனநிலையால்
ஆதிக்கம் செலுத்துகின்றன. ஒவ்வொரு சூழ்நிலையையும்
தமக்குத் துன்புறுத்தும் இடமாக ஆக்கிக்கொண்டு
இவ்வுலகில் நரகத்தில் வாழ்கிறார்கள். இந்த மனநிலைக்கு
ஏற்றவாறு ஒருவர் இறந்தால், ஒருவர் மீண்டும் நரகத்தில்
பிறக்க வாய்ப்புள்ளது.

ஆவல் நிறைந்த ஆவிகளின் உலகம் எது ?

ஆவல் நிறைந்த ஆவிகளின் பரிமாணமானது, பெரும்
ஏக்கத்தை வெளிப்படுத்தும் பொய்த்தோற்றம் போன்ற
உயிரினங்களைக் கொண்டுள்ளது. நிறைவேறாத ஆசைகள்
மற்றும் சாத்தியமற்ற திருப்தி, திருப்தியற்ற
கோரிக்கைகளால் துன்புறுத்தப்பட்ட அவர்கள், ஏற்கனவே
கடந்துவிட்ட ஒன்றைப் பெறுவதற்கான சாத்தியமற்ற
தன்மையைக் காணத் தவறிவிடுகிறார்கள். அவர்களின்
பேய் போன்ற நிலை கடந்த காலத்தின் மீதான அவர்களின்
தொடர்பைக் குறிக்கிறது. அசாத்தியமான பசி மற்றும்
தாகம் இருந்தாலும், அவர்களுக்கு பயங்கரமான வலி
அல்லது அஜீரணத்தை ஏற்படுத்தாமல் சாப்பிடவோ
குடிக்கவோ முடியாது. அவற்றின் நீண்ட மெல்லிய
தொண்டைகள் மிகவும் பச்சையாகவும் குறுகலாகவும்
இருப்பதால், விழுங்கும்போது தாங்க முடியாத எரியும்
ஏற்படுகிறது. அவற்றின் வீங்கிய வயிறுகளும்
ஊட்டச்சத்தைத் தக்கவைக்க முடியாது.

நம் உலகில் ஆவல் நிறைந்த ஆவிகள்

ஒரு "மனித ஆவல் நிறைந்த ஆவி" என்பது தனக்கு
உண்மையான மகிழ்ச்சியைத் தரும் என்று பொய்யாக

நம்பி, எல்லாவற்றையும் செலவழித்து மேலும் மேலும் பணத்திற்காக வாழும் ஒரு கஞ்சனாக இருக்கலாம். மற்றொரு ஆவல் நிறைந்த ஆவி போதைப்பொருளுக்கு அடிமையாக இருக்கலாம், அவர் தன்னை உயிருடன் வைத்திருக்க முடியாது, அவர் தனது அடுத்த போதை உயர்வை அடைவதில் மட்டுமே அக்கறை காட்டுகிறார், அதன் விளைவுகள் விரைவில் மறைந்துவிடும், அவரை இன்னொண்டிருக்காக ஏங்க வைக்கும். வெறிகொண்ட இரண்டு காதலர்கள், மற்றவரிடமிருந்து எதையாவது மற்றவருக்கும் இல்லாததை பெற முயற்சித்தால், அவர்கள் ஆவல் நிறைந்த ஆவிகளாக இருக்கலாம்.

நான் ஒரு ஆவல் நிறைந்த ஆவியா?

சிலர் நரம்பியல் ஏக்கத்தாலும், வெறுமையாக உணரும் ஏக்கத்தாலும் ஆட்கொண்டுள்ளனர், அவர்கள் தங்களுக்குப் பொருள் அல்லது உணர்ச்சி அனுபவங்களைச் சேகரிக்க மட்டுமே வாழ்கின்றனர். அவர்கள் விரும்பியது கிடைத்தாலும், அது அவர்களுக்கு சிறிது மகிழ்ச்சியைத் தருகிறது. அவர்கள் எதை வைத்திருந்தாலும், அவர்கள் எப்போதும் ஏதோ காணாமல் போனதாக உணர்கிறார்கள். அவர்கள் சில அனுபவங்களை உண்மையானதாகவும், செறிவானதாகவும் உணர ஏங்குகிறார்கள், தங்கள் அடக்குமுறைகள் மற்றும் ஆன்மீகமின்மை ஆகியவற்றிலிருந்து தங்களை சிறிது நேரம் திசை திருப்புகிறார்கள். இத்தகைய மக்கள் ஏங்கிய மன நிலையில் ஆதிக்கம் செலுத்துகின்றனர். இந்த மனநிலைக்கு இசைவாக ஒருவர் இறந்து போனால், ஒருவர் ஆவல் நிறைந்த ஆவியாக மீண்டும் பிறக்க வாய்ப்புள்ளது.

விலங்குகளின் உலகம் எது?

விலங்குகளின் உலகம் பசி மற்றும் பாலுணர்வின் உயிரியல் உந்துதல்களின் உள்ளுணர்வு திருப்தியால் தூண்டப்படுகிறது. அனைத்து முயற்சிகளும் உடல் ஆசைகள் மற்றும் சுய பாதுகாப்பு ஆகியவற்றின் திருப்திக்காக இயக்கப்படுகின்றன. பெரும்பாலான விலங்குகள் உடலின் இயற்கையான "தேவைகளுக்கு" அப்பால் பார்க்க முடியாது அல்லது அறிய முடியாதவை.

நமது உலகில் விலங்குகள்

ஒரு மனிதனின் குணாதிசயங்கள் அல்லது பழக்கவழக்கங்கள் விலங்குகளை ஒத்திருந்தால், அந்த ஒரு குறிப்பிட்ட விலங்காக மீண்டும் பிறக்க முடியும். "மனித விலங்குகள்" நம் உலகில் உள்ளன. உதாரணமாக, ஒரு சோம்பேறி, ஒரு நாள் முழுவதும் தொலைக்காட்சிக்கு முன் மட்டுமே சாப்பிடும், தூங்கும் அல்லது "மிக அதிகமாக பன்றி போல் சாப்பிடும் ", ஒருவர் படிப்படியாக ஒரு பன்றியை போல் ஒத்திருப்பார், சோம்பேறி மற்றும் பலன் கொடுக்காத, "ஒன்றுக்கும் உதவாத" ஒரு மனிதன். ஒரு கொடூர பொறாமை மற்றும் எளிதில் சந்தேகபடக்கூடிய நபர், துயர்மிகுந்த சிறிய மற்றும் ஒல்லியுடன், தோற்றத்திலும் இயற்கையிலும் ஒரு விஷப் பாம்பை ஒத்து இருக்கலாம் ,

நான் ஒரு மிருகமா?

"மனித விலங்கு" என்பது வாழ்க்கையின் அர்த்தத்தையும் நோக்கத்தையும் வேண்டுமென்றே பார்க்க மறுப்பவர் . ஊட்டச்சத்து, தூக்கம் மற்றும் உடலுறவுக்கான அவரது உடல் தேவைகள் போதுமானதாக இருக்கலாம், மேலும் அவர் அவற்றிலிருந்து திருப்தியும் அடைகிறார். இருப்பினும், அவற்றின் நிறைவு அதற்குள் முடிவடைகிறது. அவரைப் பொறுத்தவரை, வாழ்க்கைக்கு வேறு எந்த முக்கியத்துவமும் இல்லை. எந்த உயர்ந்த உன்னத விதியையும் காணத் தவறிவிட்டார் என்பதில் அவன் அறியாதவனாக இருந்தாலும், நடைமுறை அர்த்தத்தில் அவன் முட்டாள்தனமாக இருக்க வேண்டிய அவசியமில்லை. ஆனால் அவருக்கு எந்த இலட்சியமும் இல்லை, தன்னைத் தாண்டி அவர் வாழ எதுவும் இல்லை. அவர் ஆன்மீக தொலைநோக்கு தேடல் இல்லாமல் வாழ்கிறார், அவர் தனது மனதை வளர்க்கத் தேர்ந்தெடுக்கும் போது. அத்தகைய நபருக்கு, அறியாமை என்ற மன நிலை ஆதிக்கம் செலுத்துகிறது.. இந்த மனநிலைக்கு இசைவாக இறந்த ஒருவர் மீண்டும் விலங்காகப் பிறக்க வாய்ப்புள்ளது.

மனிதர்களின் உலகம் எது ?

மனித உலகம் என்பது நமது அன்றாட அனுபவத்தின் உலகம். மனிதர்கள் தங்களுக்காக உருவாக்கிக் கொள்ளும் மற்ற எல்லா வாழுயிர் உலோகக்களையும் இது "உட்கொண்டுள்ளது".

நமது உலகில் மனிதர்கள்

பெரும்பாலான தனிநபர்கள் சுய-உண்மைப்படுத்தலைத் தேடும் உலகம் இதுவாகும். பல மனிதர்களுக்கு தங்கள் உண்மையான அடையாளம் உட்பட பல்வேறு விஷயங்களின் தன்மை பற்றி அடிப்படை உறுதியாக தெரியவில்லை. ஆனால் இந்த உலகில் தான் ஒருவரின் உண்மையான தன்மையைப் பற்றிய ஆழ்நிலை நுண்ணறிவை அடைய முடியும். அதிருப்தியின் நிலையை உணர்ந்து, வாழ்க்கை மற்றும் மரணத்தின் சுழற்சி சக்கரத்திலிருந்து விடுதலையைத் தேடுவதற்குத் தனிமனிதன் போதுமான அளவு கவனத்துடன் இருக்கக்கூடிய உலகம் இது.

நான் ஒரு மனிதனா?

ஒரு உண்மையான மனிதன் ஒருவரின் சிறப்பு நிலையை உணர்ந்து அதை பொக்கிஷமாக வைத்திருப்பவன், ஏனென்றால் மனிதனாக மறுபிறவி எடுப்பது எளிதல்ல. இந்த வாழ்க்கையை அதன் முக்கியத்துவத்தை உணராமல், அதை நாம் சாதாரணமாக எடுத்துக்கொள்ளக்கூடாது. மனித உலகம் மிகவும் உகந்த உலகமாகும், ஏனெனில் இது இன்பம் மற்றும் துன்பத்தின் கலவை- வாழ்க்கையின் உண்மையான தன்மையை உணர நமக்கு போதுமான வாய்ப்பை அளிக்கிறது. மற்ற உலோகக்களில் மறுபிறப்பு திருப்தியற்றது, ஏனெனில் கீழ் உலோகத்தில் கிட்டத்தட்ட நிலையான தொடர் சோதனை மனச்சோர்வை ஏற்படுத்துகிறது, அதே சமயம் மேல் உலோகத்தில் அதிக இன்பங்கள் ஆன்மீக பொய்யின்பத்திற்கு வழிவகுக்கும்.

மனிதர்கள் ஏக்கம், வெறுப்பு மற்றும் அறியாமை ஆகிய மூன்று விஷங்களாலும் பல்வேறு அளவுகளில் பாதிக்கப்பட்டுள்ளனர். இந்த விலைமதிப்பற்ற வாழ்க்கையில், ஒருவர் ஆறு உலோகக்களில் ஏதேனும் ஒன்றில் மீண்டும் பிறக்கலாம் அல்லது மறுபிறப்பிலிருந்து விடுபடலாம்.

உப -கடவுள்களின் உலோகம் எது?

கீழ் வானங்களில் உள்ள தேவலோக உப-கடவுள்களின் (அசுரர்கள்) சாம்ராஜ்யம் மூர்க்கமான, அசிங்கமான மற்றும் பொறாமை கொண்ட ஆண் உப -கடவுள்களைக் கொண்டுள்ளது, அவர்கள் அதிக சக்தி மற்றும் மகிழ்ச்சிக்காக கடவுள்களின் உலோகத்துடன் தொடர்ந்து போரிட்டு வருகின்றனர். அவை அதிகாரத்திற்கான தான் என்னும் அகங்காரதின் முயற்சியை உள்ளடக்கியது. தெய்வங்கள் தங்கள் நிலையை அனுபவிக்க கர்மாவை உருவாக்கியதால் அவர்கள் ஒருபோதும் வெற்றி பெற மாட்டார்கள். பெண் உபதெய்வங்கள் குறைவான பொறாமை மற்றும் கையகப்படுத்துதல் கொண்டவை அல்ல, ஆனால் அவர்கள் தங்கள் போர் பலத்தால் அல்ல, ஆனால் மயக்கம் மற்றும் மயக்கத்தால் வெற்றி பெறுகிறார்கள். உப -கடவுள்கள் தங்கள் சக்தி மற்றும் வீரியத்தில் கிட்டத்தட்ட கடவுளைப் போன்றவர்கள், ஆனால் அவர்கள் மகிழ்ச்சியாக இல்லை. மற்றவர்களின் வெற்றி, உடைமைகள் மற்றும் குணங்கள் அவர்களை பொறாமையுடன் இழிவுபடுத்துகிறது. மற்றவர்கள் தங்கள் நல்ல அதிர்ஷ்டத்திலிருந்து பெறும் ஆழ்ந்த மனநிறைவு,

தங்களைத் தாங்களே கைப்பற்றுவதற்காக வன்முறையில் போராடத் தூண்டுகிறது.

நமது உலகில் உப -கடவுள்கள்

அரசியல், வணிகம், ஒழுங்கமைக்கப்பட்ட குற்றம் மற்றும் வாழ்க்கையின் பிற துறைகளில் "மனித உப தேவதைகள்" இருப்பது வழக்கத்திற்கு மாறானது அல்ல, ஏற்கனவே ஒப்பீட்டளவில் நல்ல நிலையில் உள்ள பலர், வாழ்க்கையின் ஒவ்வொரு அம்சத்திலும் ஒருவரையொருவர் வெற்றிகொள்ள தொடர்ந்து முயற்சி செய்கிறார்கள்- அது தொழில் நிலைகளாகவோ, பொருள் செல்வத்தின் உடைமையாகவோ அல்லது குடும்பமாகவோ இருக்கலாம், இது பெரும்பாலும் கடுமையான விலை கொடுத்து செய்யப்படுகிறது - நெருங்கிய நட்பின் செலவில் கூட.

நான் ஒரு உப கடவுளா?

உப -கடவுள்கள் எப்போதும் மற்றவர்களை விட புத்திசாலி, வலிமையான, பணக்காரர் அல்லது அனுபவம் வாய்ந்தவர்களாக இருக்க முயற்சி செய்கிறார்கள். ஒவ்வொருவரும் மற்றவர்களை பலவீனப்படுத்துவதைக் கவனிக்கிறார்கள், இதனால் ஒருவர் தனக்கான அதிகாரத்தைக் கைப்பற்ற முடியும். எப்பொழுதும் தங்கள் மேன்மையை நிரூபிக்க முயற்சித்தாலும், அவர்கள் படிநிலையை நன்கு உணர்ந்து, அதிகார அமைப்புகளை உருவாக்க முனைகிறார்கள், மற்றவர்களுக்கு எதிராகத் திட்டமிடுவதற்கு மற்றவர்களுடன் கூட்டணி வைத்து - இறுதியில் தங்கள் சொந்த நலனுக்காக. அவர்கள் ஆதிக்கம் அல்லது கீழ்ப்படிதலின் அடிப்படையில் மட்டுமே

மற்றவர்களுடன் தொடர்பு கொள்ள முடிகிறது, சமமாக அல்ல, மேலும் அவர்களால் முடிந்த இடத்தில் அவர்கள் ஆதிக்கம் செலுத்துவார்கள். முதுகில் குத்துவதும் சதி செய்வதும் சகஜம். ஒரு மனிதன் தன்முனைப்பு/ஆணவம் மற்றும் அதிகார வெறி இருந்தால் ஒரு உப தேவதையாக மீண்டும் பிறக்க முடியும். இருப்பினும், ஒருவருக்கு அதிக தகுதிகள் தேவைப்படுவதால், ஒரு உப கடவுளாக மறுபிறவி எடுக்க நேர்மறையான கர்மாவும் தேவைப்படும். இருப்பினும், அத்தகைய நபர் பொறாமையின் மனநிலையால் ஆதிக்கம் செலுத்துகிறார், ஒருவரின் தகுதிகளை ஞானம் இல்லாமல் ஆக்குகிறார். தன் மனநிலைக்கு ஏற்றவாறு இறக்கும் ஒருவர் மீண்டும் ஒரு உப கடவுளாக பிறக்க வாய்ப்புள்ளது.

கடவுள்களின் உலோகம் எது ?

கடவுள்களின் உலோகம் அல்லது உயர்ந்த சொர்க்க வானங்கள் பெருகிய பண்பட்ட ஆனந்தம் மற்றும் திருப்தியின் பல்வேறு தளங்களாகும். தெய்வங்கள் தங்கள் சொந்த நற்குண நன்மையால் அழகை அனுபவிக்க முடிகிறது. அவர்கள் அழகான நுட்பமான உடல்களைக் கொண்டவர்கள், அவர்கள் இசையிலும் நடனத்திலும் மகிழ்ச்சியடைகிறார்கள் மற்றும் நீட்டிக்கப்பட்ட உச்ச அனுபவங்களில் இருப்பார்கள், அதில் ஒருவர் இன்ப அனுபவத்தில் கரைந்து, தற்காலிகமாக அகங்காரத்தின் எல்லைகளைக் கடந்து செல்கிறார். இத்தகைய அனுபவங்களை தியானத்தில் வளர்க்கலாம். அவர்கள் அதில் ஈடுபட்டால், அவர்கள் தற்காலிகமானவற்றில் ஆன்மீக திருப்தியைத் தூண்டலாம். நீண்ட காலத்திற்குப்

பிறகு, அவர்களின் தகுதிகள் குறையும் போது, தேவர்கள் தங்கள் ஆனந்த நிலையிலிருந்து கீழே விழுகின்றனர். அவர்கள் தங்கள் நிலையற்ற தன்மையை உணர்ந்து ஆன்மீக வாழ்க்கையை வாழத் தொடங்காத வரை, அவர்கள் மீண்டும் கீழ் உலோகங்களில் பிறப்பார்கள்.

நம் உலகில் உள்ள கடவுள்கள்

முந்தைய காலங்களில் அரசர்கள் மற்றும் ராணிகள் போன்ற "மனித கடவுள்கள்" செல்வமும் அதிகாரமும் நிறைந்த அரச வாழ்க்கையை வாழ்ந்தனர் . அவர்களின் கட்டளைப்படி அவர்களால் பெரும்பாலான பொருள் ஆசைகளை பூர்த்தி செய்ய முடிந்தது. நம் காலத்தில், செல்வந்தர்கள், பிரபலமானவர்கள் மற்றும் சக்திவாய்ந்தவர்கள், அவர்கள் சாதாரண மனிதனை விட மிக உயர்ந்த செழுமை மற்றும் கம்பீரத்தின் செல்வச் செழிப்பு காற்றோடு நகர்கிறார்கள். இருப்பினும், அவை பெரும்பாலும் ஆடம்பரம் மற்றும் ஆடம்பரத்தால் ஓரளவு கெட்டுப்போகின்றன.

நான் கடவுளா?

நல்வாய்ப்பு நிலையில் பெரும் வல்லமை உடையவனே கடவுள், அவரின் பொருள் ஆசைகள் எளிதில் நிறைவேறும். நேர்மறையான கர்மாவைக் குவிப்பதன் மூலம் ஒருவரின் நிலை அடையப்பட்டால், தகுதியான நல்வாழ்வை ஒருவர் உண்மையில் அனுபவிக்க முடியும். இன்பத்தில் மகிழ்வதால், ஒருவன் தன் நிலை என்றும் நிலைத்திருப்பதில்லை என்பதையும், அவனால் உதவக்கூடிய பல துரதிர்ஷ்டசாலிகள் இருப்பதையும்

மறந்து விடுகிறான். ஒரு மனிதன் உயர்ந்த நற்குணத்துடன் இருந்தால் மீண்டும் கடவுளாகப் பிறக்க முடியும். எவ்வாறாயினும், ஞானம் மற்றும் ஆன்மீக வாழ்க்கை வாழ்வதன் முக்கியத்துவத்தை உணராமல் அதிக நன்மைகள் உருவாக்கப்பட்டிருந்தால், அத்தகைய நபர் ஆன்மீக திருப்தியால் ஆதிக்கம் செலுத்தலாம். இந்த மனநிலைக்கு ஏற்றவாறு இறக்கும் ஒருவர் மீண்டும் கடவுளாக பிறக்க வாய்ப்புள்ளது.

11. நான்கு அளவிடற்கரிய மனங்கள்

எல்லோரும் மகிழ்ச்சியாக இருக்க விரும்புகிறார்கள், ஆனால் மகிழ்ச்சியை தனிமையில் அடைய முடியாது. ஒருவரின் மகிழ்ச்சி அனைவரின் மகிழ்ச்சியை பொறுத்ததும், அனைவரின் மகிழ்ச்சியும் ஒருவரின் மகிழ்ச்சியைப் பொறுத்தும் உள்ளது. எல்லா உயிர்களும் ஒன்றையொன்று சார்ந்திருப்பதே இதற்குக் காரணம். மகிழ்ச்சியாக இருக்க, ஒருவர் மற்றவர்களிடம் நற்பயன் விளைவிக்கிற அணுகுமுறையை வளர்த்துக் கொள்ள வேண்டும்.

அனைத்து உயிரினங்களுக்கும் நலந்தருகிற அணுகுமுறைகளை வளர்ப்பதற்கான முறையான வழி தியானம். புத்தரால் கற்பிக்கப்பட்ட தியானத்தின் பல தலைப்புகளில், குறிப்பாக இந்த நான்கு, அன்பான இரக்கம், கருணை , உற்சாகமாக மகிழ்ச்சி மற்றும் சமநிலை ஆகியவற்றை வளர்ப்பதில் அக்கறை கொண்டவை. இந்த குணங்கள் நான்கு அளவிட முடியாதவை என்று அழைக்கப்படுகின்றன, ஏனெனில் அவை அளவிட முடியாத எண்ணிக்கையிலான உணர்வுள்ள உயிரினங்களுக்கும்மானது, மேலும் அவற்றைப் பயிற்சி செய்வதன் மூலம் கிடைக்கும் நற் கர்மா அளவிட முடியாதது. நான்கு அளவிட முடியாதவைகள் "உண்மையான அன்பை" உருவாக்குகின்றன, இது நமக்கும்

நாம் விரும்புபவர்களுக்கும் மகிழ்ச்சியைத் தருகிறது. நம் அன்பு அனைவருக்கும் நிபந்தனையின்றி மகிழ்ச்சியைத் தரவில்லை என்றால், அது உண்மையான அன்பு அல்ல. உண்மையான அன்பில், நாம் மற்றவர்களிடமிருந்து தனித்தனியாக இருப்பது போன்ற உணர்வு இல்லை.

அன்பு, இரக்கம், உற்சாக மகிழ்ச்சி மற்றும் சமநிலை போன்ற ஆரோக்கியமான நலந்தருகிற .அணுகுமுறைகளை வளர்ப்பதன் மூலம், கெட்ட எண்ணம், கொடுமை, பொறாமை மற்றும் ஆசை ஆகியவற்றை படிப்படியாக அகற்றலாம். இந்த வழியில், அவை இப்போதும் எதிர்காலத்திலும் அனைவருக்கும் மகிழ்ச்சியை அடைய உதவுகின்றன.

அன்பான அருட்குணம்

எந்த விதிவிலக்குமின்றி அனைத்து உயிரினங்களும் நலமாகவும் மகிழ்ச்சியாகவும் இருக்க வேண்டும் என்பதே அன்பான அருட்குணம். . அன்பான அருட்குணம் தீய எண்ணத்திற்கு (வெறுப்பு) மாறானது. அன்பான இரக்க மனப்பான்மை, ஒரு தாய் தன் பிறந்த மகனின் மீது கொண்டிருக்கும் உணர்வைப் போன்றது. அவர் நல்ல ஆரோக்கியத்தை அனுபவிக்க வேண்டும், நல்ல நண்பர்களைப் பெற வேண்டும், புத்திசாலியாக இருக்க வேண்டும், மேலும் அவன் முயற்சிகள் அனைத்திலும் வெற்றி பெற வேண்டும் என்று தாய் விரும்புகிறார். சுருக்கமாக, அவர் மகிழ்ச்சியாக இருக்க வேண்டும் என்று தாய் மனதார விரும்புகிறார் . ஒரு குறிப்பிட்ட நண்பரிடமோ அல்லது ஒருவரது குடும்பம் அல்லது சமூகத்தில் உள்ள

மற்றவர்களிடமோ அன்பான இரக்கத்தின் அதே மனப்பான்மையை ஒருவர் கொண்டிருக்கலாம்.

மேலே உள்ள நிகழ்வுகளில் அன்பு-கருணையின் அளவு வரையறுக்கப்பட்டுள்ளது, எவர் மீது பற்று அல்லது அக்கறை இருக்கிறதோ அவர்களுக்கு. எவ்வாறாயினும், அன்பான தயவைப் பற்றிய தியானத்தின் மூலம் ஒருவர் அன்பான இரக்கத்தை ஒருவர் நெருக்கமாக உணரும் நபர்களிடம் மட்டுமல்ல, அவர் சிறிது மட்டுமே அறிந்த அல்லது அறியாத மற்றவர்களிடமும் அன்பைக் காட்ட வேண்டும். இறுதியாக, ஒருவரின் அன்பான இரக்கம், இருப்பின் அனைத்து பகுதிகளிலும் உள்ள உயிரினங்களுக்கு நீட்டிக்கப்பட வேண்டும். அப்போதுதான் அன்றாட வாழ்வில் காணப்படும் அன்பான இரக்கத்தின் சாதாரண நலந்தருகிற ஆரோக்கியமான மனப்பான்மை உன்னதமாகவும் அளவிட முடியாததாகவும் மாறும்.

கருணை /இரக்கம்

அனைத்து உயிர்களும் துன்பங்களிலிருந்து விடுபட வேண்டும் என்ற விருப்பமே இரக்கமாகும். துன்பத்தை நிவர்த்தி செய்வதற்கும் மாற்றுவதற்கும், கொடுமையை எதிர்கொள்ளும் போது துக்கங்களை இலகுவாக்கும், நோக்கமும் திறனும் ஆகும். உதாரணமாக, ஒரு தாய், தன் மகன் கடுமையாக நோய்வாய்ப்பட்டிருப்பதைக் கண்டால், அவள் இயல்பாகவே இரக்கத்தால் தூண்டப்படுவாள், மேலும் அவன் நோயின் துன்பத்திலிருந்து விடுபட வேண்டும் என்பதற்காக தீவிரமாக செயல்படுவாள். அதேபோல், உறவினர் அல்லது நண்பரின் துன்பத்தைப்

பார்த்து பெரும்பாலான மக்கள் இரக்க உணர்வை அனுபவித்திருக்கிறார்கள். ஒரு உன்னதமான செம்மாந்த மனநிலையாக மாற, இரக்கம் என்பது ஒருவர் அக்கறையுள்ள தனிநபர்களின் வரையறுக்கப்பட்ட குழுவிற்கு அப்பாலும் இரக்கம் காட்ட வேண்டும். இரக்கம் அளவிட முடியாததாக மாற அனைத்து உயிரினங்களுக்கும் கருணை நீட்டிக்கப்பட வேண்டும்

பாராட்டுக்குரிய மகிழ்ச்சி/ உற்சாக மகிழ்ச்சி

பாராட்டு மகிழ்ச்சி என்பது மற்றவர்களின் மகிழ்ச்சி மற்றும் நற்பண்புகளில் மகிழ்ச்சியடைவதற்கான ஆரோக்கியமான நலந்தருகிற அணுகுமுறையாகும். இது பொறாமையை எதிர்த்து நம் சுயநலதை குறைக்கும்.

ஒரு தாய் தனது மகனின் வெற்றி மற்றும் வாழ்க்கையில் மகிழ்ச்சியை அனுபவிக்கும் போது உற்சாக மகிழ்ச்சியை அனுபவிக்கலாம். அதே போல, ஏறக்குறைய அனைவரும் ஒரு நேரத்தில் அல்லது மற்றுஒரு நேரத்தில் ஒரு நண்பரின் அதிர்ஷ்டத்தில் உற்சாக மகிழ்ச்சியை அனுபவித்திருப்பார்கள். உற்சாக மகிழ்ச்சியின் பொதுவாக அனுபவம் வாய்ந்த வடிவங்கள் இவை. பாராட்டுக்குரிய மகிழ்ச்சியைப் பற்றி ஒருவர் தியானிக்கும்போது, அது அனைத்து உயிரினங்களுக்கும் நீட்டிக்கப்படுகிறது- அன்பானவர்களுக்கு மட்டுமல்ல. அப்போதுதான் ஒரு உன்னதமான செம்மாந்த மற்றும் அளவிட முடியாத மனநிலையாக உற்சாக பாராட்டத்தக்க அனுபவிக்கிறாகிறார்கள்.

சமநிலை

சமநிலை என்பது அனைத்து உயிரினங்களையும் சமமாக கருதும் அணுகுமுறை, அவைகளுடன் தமக்குடனான தற்போதைய உறவைப் பொருட்படுத்தாமல். சமநிலையானது ஏக்கத்தையும் வெறுப்பையும் எதிர்க்கும் அதே வேளையில், அது உணர்ச்சியற்றதாகவோ அல்லது அலட்சியமாகவோ இல்லை - அது பாரபட்சமற்ற மற்றும் முற்சாய்வு தப்பெண்ணம் அற்ற அன்பு.

ஒரு வளர்ந்த மகன் தனது சொந்த குடும்பத்துடன் குடியேறும்போது, அவர் தனது சொந்த பொறுப்புகளுடன் சுதந்திரமான வாழ்க்கையை நடத்தத் தொடங்குகிறார். அவனது தாயிடம் இன்னும் அன்பான இரக்கம், பரிவு மற்றும் பாராட்டும் மகிழ்ச்சி போன்ற உணர்வுகள் இருந்தாலும், அவை இப்போது புதிய சமநிலை உணர்வுடன் இணைந்துள்ளன. சுதந்திரமான பொறுப்பின் புதிய வாழ்க்கையை அவள் அங்கீகரிக்கிறாள், அவனுடன் ஒட்டிக்கொள்ளவில்லை.

ஒரு உன்னதமான மனநிலையாக மாற, சமநிலை மனப்பான்மை அனைத்து உயிரினங்களுக்கும் நீட்டிக்கப்பட வேண்டும். இதைச் செய்ய, ஒருவரின் உறவினர்கள், நண்பர்கள் மற்றும் எதிரிகளுடனான உறவுகள் முந்தைய கர்மாவின் விளைவு என்பதை நினைவில் கொள்ள வேண்டும். எனவே, உறவினர்களிடமும் நண்பர்களிடமும் ஒட்டிக் கொள்ளக் கூடாது, மற்றவர்களிடம் அலட்சியம் அல்லது வெறுப்புடன் நடந்து கொள்ளக் கூடாது. மேலும், இந்த வாழ்க்கையில் ஒருவரின்

உறவினர்களும் நண்பர்களும் ஒருவருக்கு கடந்த பிறவியில் எதிரிகளாக இருந்திருக்கலாம், எதிர்காலத்தில் மீண்டும் எதிரிகளாக மாறலாம், அதே சமயம் இந்த வாழ்க்கையில் ஒருவரின் எதிரிகள் கடந்த காலத்தில் ஒருவரின் உறவினர்களாகவும் நண்பர்களாகவும் இருந்திருக்கலாம், மீண்டும் இது ஒருவருக்கு மாறலாம். எதிர்காலத்தில் உறவினர்கள் மற்றும் நண்பர்கள்.

12. சார்புநிலை தோற்றம்

புத்தர் பெரும்பாலும் சார்பு தோற்றத்தின் அடிப்படையிலே கற்பித்தார். சார்பு தோற்றம் பற்றிய புரிதல் மூலம், புத்தர் ஞானம் அடைந்தார். "உண்மையில் மிக ஆழமானது சார்பு தோற்றம். இந்தக் கொள்கையை உணராததால்தான், துன்பத்தையும் மறுபிறப்பையும் தடுக்க முடியாமல் அனைவரும் நூல் பந்தைப் போல் சிக்கிக்கொண்டுள்ளனர்' என்று அவர் கூறினார். பின்வருபவை சார்பு தோற்றத்தின் சுருக்கமான அறிமுகமாகும்.

சார்பு தோற்றத்தின் விதி

சார்பு தோற்றத்தின் அடிப்படை என்னவென்றால், வாழ்க்கையும் உலகமும் தொடர்புகளின் தொகுப்பில் கட்டமைக்கப்பட்டுள்ளன, இதில் காரணிகளின் தோற்றம் மற்றும் மறைவு அவற்றை நிலைப்படுத்தும் பிற காரணிகளைப் சார்ந்தது:

இது இருக்கும்போது, அது இருக்கும் .
இது எழும்போது, அது எழும் .
இது இல்லாதபோது, அது இல்லை.
இது முடிவுறும்போது, அது முடிவுறும்.

.

"இது" (சில காரணங்கள்) + சில நிபந்தனைகள்
= "அது"

ஒன்றுக்கொன்று சார்ந்திருத்தல் மற்றும் சார்பியல் கொள்கையின் அடிப்படையில் இருப்பின் தோற்றம் , தொடர்ச்சி மற்றும் முடிவு உள்ளது. இது சார்பு தோற்றத்தின் விதி என்று அழைக்கப்படுகிறது.

பிரபஞ்சத்தில் உள்ள அனைத்து நிகழ்வுகளும் ஒப்பீட்டளவில் நிபந்தனைக்குட்பட்ட நிலைகள் என்பதை இது வலியுறுத்துகிறது, அவை ஆதரவளிக்கும் நிலைமைகளிலிருந்து சுயாதீனமாக எழுவதில்லை. ஒரு நிகழ்வு தோன்றுகிறது, ஏனெனில் அதன் தோற்றத்தை ஆதரிக்க காரணங்கள் மற்றும் நிபந்தனைகளின் சேர்க்கைகள் உள்ளன. அதன் தோற்றத்தை ஆதரிக்கும் நிலைமைகள் மற்றும் கூறுகள் மாறும்போது இந்த நிகழ்வு முடிவுறும், மேலும் அதைத் தக்கவைக்க முடியாது. இந்த ஆதரவு நிலைமைகளின் இருப்பு, அவற்றின் தோற்றம், வாழ்வாதாரம், மறைதல் மற்றும் சாத்தியமான மறு எழுச்சிக்கான பிற காரணிகளைப் பொறுத்தது. இந்த அர்த்தத்தில், அனைத்து பொருட்களும் ஒரு சுயாதீனமான சுய-இயல்பிலிருந்து காலியாக வெற்றாக உள்ளன. கர்மா மற்றும் மறுபிறப்பு எவ்வாறு செயல்படுகிறது என்பதையும் இந்த விதி விளக்குகிறது.

சார்பு தோற்றத்திற்கு ஒரு எடுத்துக்காட்டு

நம்மைச் சுற்றியுள்ள பொருட்களின் சார்பு தோற்றத்தின் தன்மையை விளக்குவதற்கு, ஒரு எண்ணெய் விளக்கைக் ஆழ்ந்து ஆராயுங்கள். எண்ணெய் விளக்கில் உள்ள சுடர் காற்று, எண்ணெய், வெப்பம் மற்றும் திரியைப் பொறுத்து எரிகிறது. இவை அனைத்தும் இருக்கும் போது, சுடர்

எரிகிறது. இந்த கூறுகளில் ஒன்று இல்லாவிட்டால், சுடர் எரிவதை நிறுத்திவிடும். எனவே, அனைத்து நிகழ்வுகளும் பல காரண காரணிகளைச் சார்ந்து தோன்றுகின்றன, சுயாதீனமாக அல்ல. இது சார்பு தோற்றத்தின் கொள்கை.

சார்பு தோற்றம் மற்றும் சார்பியல்

சார்பு தோற்றத்தின் விதி பிரபஞ்சத்தைப் புரிந்துகொள்வதற்கான ஒரு யதார்த்தமான வழியாகும். எல்லாமே சிக்கலான தொடர்புகளின் தொகுப்பைத் தவிர வேறில்லை என்ற நவீன விஞ்ஞானக் கருத்துக்களுடன் (ஜன்ஸ்டீனின் சார்பியல் கோட்பாடு மற்றும் குவாண்டம் கோட்பாடு போன்றவை) ஒத்துப்போகிறது. எல்லாமே நிபந்தனைக்குட்பட்டவை, சார்பியது மற்றும் ஒன்றையொன்று சார்ந்து இருப்பதால், நிரந்தர அடையாளத்துடன் நிரந்தரமான உருபொருளாக இந்த உலகில் எதுவும் இல்லை. பொருட்கள், அவை என்னவாக இருக்கின்றனவோ, அவை மற்ற பொருட்களுடன் ஆன தொடர்பு மட்டுமே.

உதாரணமாக, ஒருவர் தன்னிச்சையாகவோ அல்லது இயல்பிலேயே தந்தையாக இல்லை-ஒருவர் தனது மகனுடனான உறவின் காரணமாக தந்தையாகிறார். தன் மகனுக்கு தகப்பனாக இருக்கும் மனிதன் தன் தந்தைக்கும் மகனே. அவரது அடையாளம் உறவினர் மற்றும் மற்றொரு நபருடனான அவரது உறவைப் பொறுத்தது. நீண்ட மற்றும் குறுகியது, உயர் மற்றும் தாழ்வு, தாய் மற்றும் சேய் போன்ற சொற்கள் உறவினர் மற்றும் பிற பொருட்களுடன் தொடர்புடையவை. சார்பியல் என்பது ஒவ்வொரு

பொருளும் சுயாதீனமாக இல்லாததால், எந்தவொரு உள்ளார்ந்த பொருளுடனும் அதன் சொந்த மாறாத தன்மையைக் கொண்டிருக்கவில்லை.

உலகம் ஒன்றோடொன்று இணைக்கப்பட்ட தொடர்புகளின் தொகுப்பின் அடிப்படையில் கட்டமைக்கப்பட்டுள்ளது, ஆனால் பொதுவாக, நமது கீழ்மையின் காரணமாக அதன் நிரந்தரத்தன்மையின் தவறான உருவங்களை நம் மனதில் உருவாக்குகிறோம். உதாரணமாக, நாம் அழகாக அல்லது விரும்பத்தக்கதாகக் கருதுவதைப் பற்றிக்கொள்வதும், அசிங்கமான மற்றும் விரும்பத்தகாததை நிராகரிப்பதும் "இயற்கையானது". ஏக்கம் (பேராசை) மற்றும் வெறுப்பு (வெறுப்பு) ஆகிய சக்திகளுக்கு ஆளாகியிருப்பதால், அறியாமையால் (மாயை) நாம் தவறாக வழிநடத்தப்படுகிறோம். விருப்பு வெறுப்புகள் தொடர்புடையயது , சார்ந்து எழுவது மற்றும் மாயையானது என்பதை நாம் உணரவில்லை.

சார்பு தோற்றம்: ஒரு சுவாரசியமான உரையாடல்,

பார்வையாள மாணவர்களுக்கும் வணங்கற்குரிய ஆசிரியருக்கும் இடையே நடந்த உரையாடலில் இருந்து பின்வருபவை:
(வண: வணங்கற்குரிய ஆசிரியர், பார்: பார்வையாளர்கள்)

ரொட்டி எங்கே?

வண: (ஒரு பொருபொருப்பான ரொட்டியைப் பிடித்துக் கொண்டு) ஒரு ரொட்டி உண்மையான ரொட்டியாகத் தோன்றுகிறது, ஏனெனில் அதில் சில "பொருபொருப்பு

தன்மை " உள்ளது - அது நம் மனதில் இருந்து சுயாதீனமாக "அங்கே" இருப்பது போல் தெரிகிறது, உண்மையில் அப்படி இருந்தால், ரொட்டி எது என்று பகுப்பாய்வு செய்து தேடும்போது, அதைக் கண்டுபிடிக்க முடியும். (ரொட்டி உடைக்கப்பட்டு ஒரு துண்டு மேலே பிடிக்கப்படுகிறது) இது ஒரு ரொட்டியா?

பார்: ஆமாம்.

வண: (மற்ற துண்டைப் பிடித்துக் கொண்டு) இது ரொட்டியா?

பார்: ஆமாம்.

வண: (ரொட்டி துண்டுகளை நொறுக்கி) இப்போது என்ன?
பார்: நொறுக்கல்கள்-ஒரு கதம்பம்!

வண: இப்போ பொருபொருப்பான ரொட்டி இல்லையா? நாம் முன்பு பார்த்த உண்மையான ரொட்டி என்ன ஆனது? அதற்கு ஏதேனும் பொருபொருப்பான ரொட்டி குணம் இருந்தால், அது இப்போது எங்கே? இப்போது நம்மிடம் இருப்பது முன்பு இருந்த அதே அணுக்கள் மற்றும் மூலக்கூறுகள்தான் - ஆனால் நாம் இவற்றை நொறுக்கல்கள் என்று அழைக்கிறோம், ரொட்டி அல்ல!. ஏதேனும் உள்ளார்ந்த ரொட்டி இருந்திருந்தால், நாம் அதை- அதன் பாகங்களுக்கிடையில் அல்லது அதன் பகுதிகளிலிருந்து தனித்தனியாகக் கண்டுபிடித்திருக்க வேண்டும்-ஆனால் அது எங்கும் இல்லை. இதன் பொருள் தொடக்கத்தில் இருந்தே உள்ளார்ந்த பொருபொருப்பான ரொட்டி இல்லை.

பார்: ரொட்டி என்பது அணுக்கள் மற்றும் மூலக்கூறுகளின் தொகுப்பாகும். இது அனைத்து பகுதிகளும் ஒன்றாக!

வண: ஆனால் ஒரு தொகுப்பு என்பது பகுதிகளின் தொகுதியாகும் . எந்த ஒரு பகுதியும் ரொட்டியாக இல்லாவிட்டால், பிறகு எப்படி பல பகுதிகள் சில ரொட்டி தரத்துடன் ஒரு சுயாதீன ரொட்டி ஆக இருக்க முடியும்? வெட்டுக்கிளிகள் போன்ற பல பட்டாம்பூச்சிகளை ஒன்றாக இணைத்தால், அது ஒரு பட்டாம்பூச்சியாக மாறுமா? ரொட்டி அல்லாத அல்லது நொறுக்கல்களின் கூட்டம் எப்படி உண்மையான ரொட்டியை உருவாக்க முடியும்?

பார்: அப்புறம் ரொட்டியே இல்லையா? நான் என்ன சாப்பிடுகிறேன்?

வண: நாம் தேடுவது அதன் பாகங்களை சாராத ஒரு ரொட்டியைத்தான். அந்த உண்மையான தனித்த ரொட்டியை கண்டுபிடிக்க முடியாது, ஏனெனில் அது இல்லை. ஆனால் சார்ந்து இருக்கும் ரொட்டி இருக்கிறது! நீங்கள் சாப்பிடுவது இன்னும் ஒரு ரொட்டியே !

ரொட்டி என்பது ஒரு குறிப்பிட்ட வடிவத்தில் அணுக்கள் மற்றும் மூலக்கூறுகளின் குழுவாக உள்ளது. நம் மனம் அதைப் பார்த்து அதை ஒரு பொருளாகக் கருதி அதை ரொட்டி என்று அழைக்கிறது. நாம் அனைவரும் சேர்ந்து அதை ஒத்த முறையில் கருதி து, சமூக மரபு சக்தியால், அதை ரொட்டி என்று அழைக்க ஒப்புக்கொண்டால், அது ஒரு ரொட்டியாகிறது.

அந்த ரொட்டி அதன் காரணங்கள் மற்றும் நிலைமைகளைப் பொறுத்து உள்ளது-மாவு, தண்ணீர், சுடுபவர் மற்றும் பல. இதை ஒரு பொருளாக நம் மனம் கருதி அதை "ரொட்டி" என்று முத்திரை குத்துவதைப் பொறுத்தது. இது சார்ந்து இருக்கும் ரொட்டியைத் தவிர, வேறு எந்த ரொட்டியும் இல்லை. இது ஒரு ரொட்டியாக, உள்ளார்ந்த மற்றும் தனித்த, பொருபொருப்பான ரொட்டி குணம் குணத்துடன் இருப்பது என்பது வெறுமையாக உள்ளது. அது உள்ளது - ஆனால், அது இருப்பது போல் நமக்குத் தோன்றும் அதே தோற்றத்தில் அல்ல . அது சுயாதீனமாக இருப்பதாக தெரிகிறது , ஆனால் அது இல்லை

சுயம் எங்கே?

வண: நமது "சுய" அல்லது "நான்" என்பதற்கும் இதுவே உண்மை.
நீங்கள் மிகவும் கோபமாக இருந்த ஒரு நேரத்தை நினைவு கூருங்கள்.
அப்பொழுது அந்த "நான்" எப்படி தோன்றியது? அது மிகவும் திடமாகத் தோன்றியது - யாரோ உண்மையான நம்மை அவமானப்படுத்துவது போல. அந்த "நான்" என்பது நம் உடலிலும் மனதிலும் எங்கோ தனியாக இருப்பது போல் உணர்ந்தேன். மிகவும் உண்மையானதாகத் தோன்றும் அந்த "நான்" யைப் தற்காத்துக் கொள்வதற்காக நாம் கோபப்படுகிறோம்.

அந்த திடமான, சுதந்திரமான "நான்" நமக்குத் தோன்றுவது போல் இருந்தால், அதை நாம் நம் உடலிலும் மனதிலும் அல்லது அவற்றிலிருந்து பிரிந்து கண்டுபிடிக்க முடியும்.

இப்படி ஒரு "நான்" இருக்கக்கூடிய இடம் வேறு எதுவும் இல்லை. வாருங்கள் பார்க்கலாம்.
நீங்கள் உங்கள் உடலா?

பார்: ஆமாம்.

வண: உங்கள் உடலின் எந்த பாகம் நீங்கள்? நீங்கள் உங்கள் கையா? உங்கள் மார்பா ? உங்கள் கால் விரலா ? உங்கள் மூளையா ? நாம் நம் உடலின் எந்த பாகமும் இல்லை என்பது தெளிவாகிறது. மீண்டும் முயற்சிப்போம். நீங்கள் உங்கள் மனதா?

பார்: அதுவாக இருக்கலாம்.

வண: நீங்கள்   எந்த மனம்? நீங்கள் உங்கள் காட்சி உணர்வா? உங்கள் செவிப்புலன் உணர்வா? உங்கள் மன உணர்வா? நீங்கள் ஒரு குறிப்பிட்ட குணாதிசயமா? நீங்கள் உங்களின் கோபமாக இருந்தால், நீங்கள் எப்போதும் கோபமாக இருப்பீர்கள்!

பார்: "நான்" என்பது ஒரு வாழ்க்கையிலிருந்து அடுத்த வாழ்க்கைக்கு செல்கிறது.

வண: ஆனால் ஒரு வாழ்க்கையிலிருந்து அடுத்த வாழ்க்கைக்கு செல்வது தொடர்ந்து மாறிக்கொண்டே இருக்கிறது.
உங்கள் மனதின் எப்போதும் நீங்களாகவே இருக்கும், ஒரு கணத்தை சுட்டிக்காட்ட முடியுமா? நேற்றைய மனம் ? இன்றைய மனம்? நாளைய மனம்? நீதானா?

பார்: அவை அனைத்தும் ஒன்றாக நான் இருக்கிறேன்.

வண: ஆனால் அது பகுதிகளின் தொகுப்பு, அதில் எதுவும் "நான்" அல்ல. திரட்டலின் "நான்" என்று சொல்வது வெட்டுக்கிளிகளின் கூட்டத்தை ஒரு பட்டாம்பூச்சி என்று சொல்வது போன்றது.

ஒருவேளை நீங்கள் உங்கள் உடலிலிருந்தும் மனதிலிருந்தும் முற்றிலும் தனித்து இருக்கலாம். அதாவது, உங்கள் உடலையும் மனதையும் தவிர்த்து, நீங்கள் ("நான்") இன்னும் தனியாக தனித்து இருக்க முடியுமா? "நான்" என்பது உடலிலிருந்தும் மனதிலிருந்தும் தனித்தனியாக இருந்தால், என் உடலும் மனமும் இங்கே இருக்க முடியும், மேலும் "நான்" அறை முழுவதும் இருக்க முடியும். அது சாத்தியமா?

"நான்" அல்லது சுயம் என்பது உடல் மற்றும் மனதை சாராமல் இல்லை.
அது உடலும் அல்ல மனமும் அல்ல. உடலும் மனமும் ஒன்று சேர்த்தும் இல்லை. வேறு வார்த்தைகளில் கூறுவதானால், நாம் கோபமாக இருக்கும்போது நாம் உணரும் திடமான "நான்" இல்லை. சுயமின்மை என்பதன் பொருள் இதுதான்- கடைமுடிவாக இருக்கும் அல்லது சுயாதீனமான சுயம் இல்லை. "நான்" இல்லை என்று அர்த்தம் இல்லை. நாம் மறுப்பது அதன் சுயாதீனமான அல்லது உள்ளார்ந்த இருப்பை.
வழக்கமாக கோபமாக இருக்கும் "நான்" இருக்கிறது மற்றும் அந்த "நான்" தனித்து இல்லை.

"நான்" என்பது காரணங்கள் மற்றும் நிபந்தனைகளைப் பொறுத்தது- நமது பெற்றோரின் விந்து மற்றும் கரு

முட்டையின் ஒன்றுசேர்தல், முந்தைய வாழ்க்கையிலிருந்து நமது உள்உணர்வு மற்றும் பல. "நான்" என்பது அதை உருவாக்கும் பகுதிகளைப் பொறுத்தது - நம் உடல் மற்றும் மனம். "நான்" என்பது கருத்துகள் மற்றும் அடையாளம் பொறுத்தது.

அதாவது, நம் உடலும் மனமும் ஒன்றாக இருப்பதன் அடிப்படையில், ஒரு நபரை கருக்கொண்டு, அதற்கு "நான்" என்று முத்திரை குத்துகிறோம். "நான்" என்பது உடல் மற்றும்/அல்லது மனம் என ஒரு பொருத்தமான அடிப்படையில் பெயரிடப்படுவதன் மூலம் மட்டுமே உள்ளது.

சார்பு தோற்றத்தை புரிந்துகொள்வது, நமக்கு எவ்வாறு உதவுகிறது

பார்:சார்பு தோற்றம் மற்றும் வெறுமை நிலையைப் புரிந்துகொள்வது எப்படி நமக்கு உதவுகிறது?

வண:வெறுமை நிலையைப் நாம் உணரும் போது, கோபம் கொண்ட ஒரு திடமான நபர் இல்லை என்பதை நாம் காண்கிறோம். நற்பெயரைப் பாதுகாக்க வேண்டிய உண்மையான நபர் யாரும் இல்லை. நாம் வைத்திருக்க வேண்டிய தனித்துவமான அழகான நபரோ அல்லது பொருளோ இல்லை. வெறுமையை உணர்ந்துகொள்வதன் மூலம், நமது பற்று, கோபம், பொறாமை, பெருமை மற்றும் பிற குழப்பமான மனப்பான்மைகள் மறைந்துவிடும், ஏனெனில் பாதுகாக்கப்பட வேண்டிய உண்மையான நபர் இல்லை, மேலும் கைப்பற்ற வேண்டிய உண்மையான பொருள் எதுவும் இல்லை.

நாம் தாவரங்களை போல செயலற்றவர்களாகவும், லட்சியமற்றவர்களாகவும் ஆகிவிடுகிறோம் என்று அர்த்தமல்ல, "உண்மையான நான் இல்லை, உண்மையான குறிக்கோள் இல்லை. எனவே ஏன் எதையும் செய்ய வேண்டும்?" சுயமின்மையை (வெறுமை) உணர்ந்துகொள்வது, செயலுக்கான மிகப்பெரிய இடத்தை நமக்கு வழங்குகிறது. ஏக்கம், வெறுப்பு மற்றும் அறியாமை ஆகியவற்றால் நமது ஆற்றல் நுகரப்படுவதற்குப் பதிலாக, நம்முடைய அளப்பரிய ஞானத்தையும் கருணையையும் பல வழிகளில் மற்றவர்களுக்கும் நமக்கும் நன்மை செய்ய பயன்படுத்த சுதந்திரமாக இருக்கிறோம்.

13. சுனட்டா / வெறுமைநிலை

புத்தத்தின் மிக ஆழமான உண்மைகளில் ஒன்றான சுனட்டாவின் யதார்த்தம், பெரும்பாலும் தவறாகப் புரிந்து கொள்ளப்படுகிறது. இது சிறந்ததாக இல்லாவிட்டாலும், "எம்ப்டினெஸ்" என்று ஆங்கிலத்தில் மொழிபெயர்க்கப்படுகிறது. தமிழில் "வெறுமை நிலை" என்று மொழிபெயர்க்கலாம். பின்வருவது வெறுமை நிலையின் கருத்துக்கு ஒரு அறிமுகமாகும்.

வெறுமை நிலையின் எடுத்துக்காட்டுகள்

சுனட்டாவை விளக்குவதற்கு ஒரு ஒப்புமை ஒரு நதி. ஒரு ஆறு, உண்மையில் தனித்த தனியாக இல்லை, அது, அதன் " மூலப் பொருளான " பல நீரோடைகளை உட் கொண்டு, ஒரு நதியாகிறது. இந்த நீரோடைகள் ஒவ்வொன்றும் மூலமற்றவை, ஒவ்வொன்றும் அதனுள் உள்ள கூறுகளை மாற்றும் சிறிய நீரோடைகளைக் கொண்டுள்ளன. எனவே பொருளியலான அல்லது "உண்மையான" நதி இல்லை - பாயும் நீரோட்டம் மட்டுமே உள்ளது.

நதியின் ஒரு நிலையான இயல்பு பொருளற்று உள்ளது என்று சொல்கிறோம் -வெறுமை நிலையை வெளிப்படுத்துகிறது. பிரபஞ்சத்தில் உள்ள அனைத்தும் (அனைத்து உடல் மற்றும் மன நிகழ்வுகள்) வெறுமை நிலையின் பண்புகளை வெளிப்படுத்துகின்றன.

மற்றொரு உதாரணம் ஒரு நீர்வீழ்ச்சி. தூரத்தில் இருந்து பார்த்தால், நீர்வீழ்ச்சி ஒரு நீட்சியான பளபளப்பான திடமான தாள் போல் தெரிகிறது. ஆனால் நாம் கூர்ந்து கவனித்தால், "அந்த ஒன்று " ஒரு தொடர்ச்சியான நீரோடை என்பதை நாம் தெளிவாகக் காணலாம். அடிப்படையில் நிலையான "நீர்வீழ்ச்சி" இல்லை - நீர் வீழ்ச்சி மட்டுமே உள்ளது.

வெறுமை நிலையின் இரு பக்கங்கள்

சுனட்டாவின் நுட்பமான கருத்தை நினைவில் கொள்ள உதவும் ஒரு மூதுரை இங்கே.

சுனட்டா இருப்பின் இருப்பை உறுதிப்படுத்துகிறது;
சுனட்டா இருப்பின் சுய-இயல்பை மறுக்கிறது.

இதன் பொருள் வெறுமையின் உண்மை, ஒவ்வொரு பொருளின் இருப்பையும் மறுப்பதில்லை, ஆனால் ஒவ்வொரு பொருளின் பின்னும் ஒரு நிலையான மாறாத சுய-இயல்பின் இருப்பு.

ஒரு நதியை மீண்டும் உதாரணமாகப் பயன்படுத்தி, ஒரு நதி (பல சிறிய நீரோடைகளால் ஆனது) நீரோடை சார்ந்தது அல்லது நிபந்தனையுடன் வரையறுக்கப்பட்டுள்ளது என்று நாம் கூறலாம் - இது மேலே உள்ள தேற்றத்தின் முதல் அம்சத்தை விளக்குகிறது.

நதி தொடர்ந்து பாய்ந்து, மாறிக்கொண்டே இருப்பதால், நதிக்கு மாறாத அடையாளமோ சுயமோ இல்லாததால், நதி

புறச்சார்பற்றதாகவோ அல்லது நிபந்தனையற்றதாகவோ இல்லை என்று சொல்கிறோம் - இது முதுரையின் இரண்டாவது அம்சத்தை விளக்குகிறது.

வெறுமை நிலை மற்றும் மத்திய பாதை

வெறுமை நிலையின் மேற்கூறிய இரண்டு அம்சங்களும் ஒன்றாக உணரப்பட வேண்டும், ஏனெனில் அவை இரண்டு உச்சநிலைகளுக்கு அப்பால் யதார்த்தத்தின் மத்திய பாதையை வழிகாட்ட சமநிலைப்படுத்துகின்றன.

வெறுமையின் முதல் அம்சத்தை, இரண்டாவதாக இல்லாமல் உணர்ந்துகொள்வது, பேராசை மற்றும் சுயநலத்திற்கு வழிவகுக்கும் - எல்லா இன்பங்களும் பொருள்களும் "மிகவும் மெய்யானவை" மற்றும் நீடித்தவை என்று தவறாக நம்பலாம்.

முதல் அம்சம் இல்லாமல் இரண்டாவது அம்சத்தை உணர்ந்துகொள்வது அவநம்பிக்கையான, செயலற்ற அல்லது ஒழுக்கக்கேடாக இருக்க வழிவகுக்கும், எதுவும் பாடுபடத் தகுதியற்றது என்றும், எல்லாமே வெற்று மற்றும் அர்த்தமற்றது என்றும் தவறாக நம்பலாம்.

ஆகவே, இந்த இரண்டு அம்சங்களையும் ஒன்றாகப் பார்ப்பது மிகவும் முக்கியம், இதனால் அன்றாட வாழ்க்கையில் சமநிலையான வழியில் மெய்ஞானத்துடன் செயல்பட முடியும். எல்லாவற்றையும் அவற்றின் இருப்பின் இறுதித் தன்மையை அறிந்து கொண்டு, அவை வழக்கமாக இருப்பதை போலவும் உணரக் கற்றுக்கொள்ள வேண்டும். வெறுமை நிலையின் உண்மையை உணர்ந்த ஒருவரால்

மிகவும் எளிதாகவும் சுதந்திரமாகவும் நேர்மையாகவும் முடியும்.

வெறுமைநிலை என்பது ஒன்றுமில்லாத நிலை அல்ல

வெறுமைநிலை என்பது உடல் அல்லது மன ஒன்றுமில்லாத தன்மையைக் குறிக்காது - இது "எல்லா-நிலை" என்ற எல்லையற்ற தங்குதடையற்ற சாத்தியக்கூறுகளின் உண்மை. மாற்றத்தைத் தவிர வேறு நிலையான இயல்பு இல்லாத மாற்றமே அது. வெறுமைநிலை என்பது மேகங்கள் மற்றும் பறவைகள் போன்ற நிகழ்வுகளின் வருவதையும் போவதையும் உள்ளடக்கிய மற்றும் புகவிடும் பரந்த வானத்துடன் ஒப்பிடலாம். இது நிகழ்வுகளிலிருந்து தனிப்பட்டது அல்லது வேறுபட்டது அல்ல. வெறுமை நிலை யின் சாத்தியக்கூறுகள் அறிவொளி அல்லாதவர்கள் உணர்ந்தை விட அதிகம். வெறுமை நிலையின் காரணமாகவே நாம் உட்பட அனைத்தும், சிறப்பானவற்காக தொடர்ந்து மாறிக்கொண்டே இருக்க முடியும், காரணங்கள் மற்றும் நிபந்தனைகளின் சரியான சேர்க்கை இருக்கும்போது ஏதையும் வேறு ஒன்றாக மாற்ற முடியும். அதுபோல ஆன்மிகத்தை வளர்த்தால் யார் வேண்டுமானாலும் மெய் ஞான அறிவொளி ம் பெறலாம். வெறுமைநிலை என்பது நம்பிக்கை நிறைந்த ஒரு போதனையாகும்.

மனம் மற்றும் பொருளின் வெறுமை நிலை

வெறுமை நிலை என்பது அனைத்து இயற்பொருள் சார்ந்தவைகளுக்கும் பொருந்தும். மிகவும் நுட்பமாக, இது

அனைத்து மன உருபொருளுக்கும் (மனநிலைகள்) பொருந்தும்.

நுணுக்கமான ஆய்வின் போது அனைத்து இயற்பியல் பொருட்களும் மூலக்கூறுகள், அணுக்கள், எலக்ட்ரான்கள், நியூட்ரான்கள் மற்றும் புரோட்டான்கள், துகள்கள், துணை அணுத்துகள்கள்... ஆற்றலின் இடைவிடாத ஏற்ற இறக்கங்கள். திடப்பொருளாக தோன்றும் அனைத்தும் மாற்றத்தின் வெளிப்பாடு.

உற்று நோக்கும் போது எல்லா மன சக்திகளும் எல்லா நேரங்களிலும் நுட்பமாக மாறும் செயல்முறைகளாகும். உதாரணமாக, நமக்கு எண்ணங்கள் உள்ளன என்பதை நாம் அறிவோம், இருப்பினும் ஒவ்வொரு எண்ணமும் எவ்வளவு நுட்பமாக எழுகிறது மற்றும் மறைகிறது என்பது பயிற்சியில்லாத மனத்தால் கவனிக்கப்படாது.

வெறுமை நிலையின் வியத்தக மந்திரம்

நமக்கு முன்னால் எல்லாமே இருப்பது போல் இருக்கிறது, ஆனால் எல்லாவற்றுக்கும் பின்னால் பொருண்மையுடைய எதுவும் இல்லை, ஏனெனில் அனைத்தும் நிலையான மாற்றத்தில் உள்ளன. இங்கே உள்ள அனைத்தும் மெய்யாக இங்கேயே இருப்பினும், அவர்களுக்குப் பின்னால் இருக்கும் அந்த "ஒன்றுமில்லை", அதே இடத்திலும் நேரத்திலும் இங்கேயும் உள்ளது!

எல்லாமே வெறுமை நிலையின் சமம் என்ற பொருளில் எல்லாம் ஒன்றுதான். இருப்பினும், அவை எண்ணற்ற வடிவங்களில் வெளிப்படுவதால் அனைத்தும

வேறுபட்டவை. "எல்லாம்" என்பது ஒருவரின் உடைமைகள், குடும்பம், ஆரோக்கியம், செல்வம், புகழ் போன்றவற்றையும் குறிக்கிறது.

நதி ஒப்புமையைப் பயன்படுத்தி, நதி ஒரே இடத்தில் மற்றும் ஒரே நேரத்தில் இங்கே உள்ளது மற்றும் இங்கே இல்லை. இது எல்லாவற்றுக்கும் பொருந்தும். முழு உலகமும் ஒரே நேரத்தில் "மெய்யானது இருப்பினும் மெய்யற்றது". அறிவொளி அடையாதவர்கள் இல்லாதவர்கள் தவறவிட்ட கடைமுடிவான "மாய வியத்தக தந்திரம்" இதுதான்!

வெறுமை நிலையை உணர்ந்ததன் பலன்கள்

நமது அறியாமை மாயையை "மிகவும் உண்மையானது" என்று பார்க்கிறது. மாறுவது மாறாமல் இருப்பதாக காண்பதால், பொருண்மையயற்றவற்றுடன் பற்று கொண்டுள்ளோம். சுயத்தின் உண்மையற்ற தன்மையைக் காணாதது இந்த தவறான சுய தன் உணர்வை மையமாகக் கொண்டு துன்பத்தை உருவாக்குகிறது.

உடல் ரீதியாகவோ அல்லது மனரீதியாகவோ எதிலும் ஒரு நிலையான சுயம் பற்றிய குறிப்பு இல்லை. சுயம் வெறுமையாக இருப்பதை உணரும்போது, "சுயமாக உருவாக்கப்பட்ட" அனைத்து பிரச்சனைகளும் மறைந்துவிடும். அனைத்தும் அதன் எளிய மெய்மையில் இருப்பதைப் போலவே பார்க்கப்படுகின்றன.

வெறுமை நிலையை உணர்ந்துகொள்வது எல்லையற்ற எளிமையையும் மகிழ்ச்சியையும் தருகிறது. வெறுமை நிலையை உணர்வது என்பது தன்னலமற்ற

மெய்ஞானத்தை அடைவதாகும்-எல்லாவற்றிலும் சுயமற்றதை காண்பது. சுயநலமின்மையின் செயல்பாடு சுயநலத்திற்கு எதிரானது - இது தூய கருணை. எனவே, உண்மையான ஞானம் இரக்கமானது மற்றும் உண்மையான இரக்கம் ஞானமானது - அவை ஒன்றோடொன்று பின்னிச் சார்ந்துள்ளது. ஆன்மீக வளர்ப்பின் இந்த இரட்டை சிகரங்கள், அறிவொளியில் முழுநிறைவாக்கப்படுகிறது

வெறுமை நிலையை நாம் பழக்கப்படுத்திக் கொள்ளும்போது, நாம் படிப்படியாக நம் மனதைத் திறந்து, அறியாமையின் பிணைப்பிலிருந்து நம்மை விடுவித்துக் கொள்கிறோம். காலப்போக்கில், இது மாயை, கோபம், பற்று, பெருமை, பொறாமை மற்றும் பிற குழப்பமான அணுகுமுறைகளை நீக்குகிறது. அவற்றால் தூண்டப்பட்ட அழிவுச் செயல்களை நிறுத்தி, வெறுமையை உணர்ந்து, உண்மையான மகிழ்ச்சியைத் தருகிறது.

சுருக்கமாக, வெறுமை நிலையின் அன்றாட வாழ்க்கையில் நடைமுறை பயன்பாடு இப்படி இருக்கும்:

எல்லாவற்றையும் பொக்கிஷமாக
(இந்த நேரத்தில்)
அனைத்தும் நிலையற்றது என.

எல்லாவற்றிலும் பற்று இல்லாமல்
(இந்த நேரத்தில்)
அனைத்தும் நிலையற்றது என.

14. புத்த சடங்குகள் மற்றும் திருவிழாக்கள்

புத்தரின் வாழ்க்கை மற்றும் அவரது போதனைகளைப் பற்றி கற்றுக்கொள்வதை விட நடைமுறையில் பௌத்தம் மிகவும் வண்ணமயமானது. இது பல அனுசரிப்புகளை உள்ளடக்கியது, அவற்றில் சில அனைத்து பௌத்தர்களுக்கும் பொதுவானவை, மற்றவை ஒரு குறிப்பிட்ட கலாச்சாரம் அல்லது நாட்டின் சிறப்பியல்பு.

நாம் பகுத்தறிவு மற்றும் மனக்கிளர்ச்சி இரண்டையும் கொண்டவர்களாக இருப்பதால், புத்தரையும் அவருடைய போதனைகளையும் உணர்வூர்வமாக இணைக்க உதவுவதில் பக்தி சடங்குகள் முக்கியம். சடங்குகள் அர்த்தமுள்ள தனித்துவத்தை நடைமுறையில் கொண்டு வரலாம், கவனம் செலுத்தவும் அமைதியை அடையவும் உதவுகிறது. அவை உண்மையான நம்பிக்கையால் செய்யப்பட வேண்டும், பயம், பேராசை அல்லது மூடநம்பிக்கை அல்ல.

விகார்/கோயில்

பௌத்த இல்லங்கள் அல்லது கோவில்களில் காணப்படும் விகாரையானது மும் மாணிகளுக்கு அர்ப்பணிக்கப்பட்ட புத்த வழிபாடுகளின் மையப் புள்ளியாகும். விகாரின்

மையத்தில் உள்ள புத்தர் உருவம், புத்தரையும், அறிவொளியின் இலட்சியத்தையும், அதன் பரிபூரண குணங்களான ஞானம் மற்றும் இரக்கத்தையும், பலவற்றைப் பிரதிபலிக்கிறது மற்றும் நினைவூட்டுகிறது. புத்தரின் மகத்துவத்தையும் அவருடைய போதனைகளையும் நினைவுபடுத்தும்போது இது நம்மை ஊக்குவிக்க உதவுகிறது. இந்த ஆலயத்தில் தர்மத்தைப் பிரதிநிதித்துவப்படுத்தும் புத்த மத நூல்களின் தொகுதி போன்ற பிற பொருட்களும் இருக்கலாம். சில ஆலயங்களில் சங்கத்தைப் பிரதிநிதித்துவப்படுத்தும் வகையில் பெரிய புத்த பிக்குகள் மற்றும் பிக்குணிகளின் படங்கள் அல்லது புகைப்படங்கள் இருக்கலாம். நாம் ஒரு விகாரின் முன் நிற்கும்போது, அதில் நாம் காணும் பொருள்கள், மும் மாணியில் உள்ள குணங்களை நினைவுபடுத்த உதவுகிறது. அவர்களின் குணங்களை நமக்குள் வளர்த்துக்கொள்ள இது நம்மைத் தூண்டுகிறது.

கும்பிடுதல்

புத்தரின் உருவத்திற்கு முன்னால் நெடுஞ்சாண் கிடையாகக் கிடத்து வணங்குவது சிலை வழிபாடு அல்ல- அது ஆழ்ந்த வணக்கத்தின் வெளிப்பாடாகும். புத்தர் பரிபூரணமான மற்றும் உயர்ந்த ஞானத்தை அடைந்துள்ளார் என்பதை இது ஒப்புக்கொள்ளும் அடையாளம். இத்தகைய செயல், அகங்கார உணர்வுகளை வெல்வதற்கும், புத்தரிடம் இருந்து கற்றுக்கொள்ள மேலும் தயாராக இருப்பதற்கும் உதவுகிறது.

உள்ளங்கைகளை ஒன்றாக வைப்பது

ஒருவரது உள்ளங்கைகளை மார்பின் மட்டத்தில் ஒன்றாக வைப்பது, மும் மாணிகளுக்கு ஆழ்ந்த மரியாதையை வெளிப்படுத்தும் ஒரு பாரம்பரிய உணர்ச்சிக்குறிப்பபாகும். பௌத்தர்கள் ஒருவரையொருவர் வாழ்த்தும் போது, அவர்கள் துளிர்க்கும் தாமரை மலரைப்(தூய்மையின் பௌத்த சின்னம்) போல தங்கள் உள்ளங்கைகளை ஒன்றாகப் வைத்து கொள்கிறார்கள். இந்த வாழ்த்து மற்றவருக்குள் விழிப்புணர்ச்சி அல்லது புத்தத்துவத்தின் விதைகளை இருப்பதை அங்கீகரிக்கிறது, ஏனெனில் நாம் ஒருவருக்கொருவர் நல்வாழ்வையும் மகிழ்ச்சியையும் விரும்புகிறோம். உள்ளங்கைகளை ஒன்றாக வைப்பது மனதை ஒருமுகப்படுத்தும் மற்றும் அமைதி விளைவைக் கொண்டிருக்கிறது.

சுற்றுதல்

வணக்கத்திற்குரிய பொருளைச் சுற்றிச் செல்வதுதான் சுற்றுவட்டசுற்றுதல்,

ஒரு ஸ்தூபி (புத்தரின் புனித நினைவுச்சின்னங்கள் அல்லது சிறந்த சங்க குருக்களின் நினைவுச்சின்னம்), ஒரு போதி மரம் (புத்தர் ஞானம் பெறுவதற்கு முன்பு அமர்த்த தங்குமிடம்) அல்லது ஒரு புத்தர் உருவம் - மூன்று அல்லது அதற்கு மேற்பட்ட முறை சுற்றுதல் மரியாதைக்குரிய ஒரு உணர்ச்சிக்குறிப்பு. இது கடிகார திசையில் தியான நிலையில் நடப்பதன் மூலமும், வணக்கத்திற்குரிய பொருளை ஒருவரின் வலதுபுறதில் வைத்து செய்யப்படுகிறது . அவ்வாறு செய்வது. புத்தரின்

போதனைகளை நினைவில் வைத்துக் கொள்ள நினைவூட்டுகிறது, நமது வாழ்க்கையின் மைய புள்ளியாக .

காணிக்கைகள்

கோயில் காணிக்கைகள் செய்வது பக்தியின் செயலாகும், இது மும் மாணிக்களுக்கான பாராட்டு மற்றும் வணக்கத்தை வெளிப்படுத்துகிறது. வழங்கும் ஒவ்வொரு காணிக்கை பொருளுக்கும் ஒரு முக்கியத்துவம் உண்டு

-ஒளி விளக்கு-

ஒளி விளக்கேற்றுவது, மெய் ஞானத்தின் ஒளிரும் பிரகாசத்தை நமக்கு நினைவூட்டுகிறது, இது அறிவொளியை நோக்கிய பாதையில் அறியாமை இருளை அகற்றும். இது இறுதி ஞானத்தின் ஒளியைத் தேட நம்மைத் தூண்டுகிறது.

புத்தரை வணங்கி, நாங்கள் மெழுகுவர்த்திகளையும் விளக்குகளையும் படைக்கிறோம் :
ஒளியாகிய அவருக்கு, ஒளியை வழங்குகிறோம்.
அவருடைய உயர்த்த ஒளி விளக்கிலிருந்து , நமக்குள் ஒரு தீபம் ஏற்றுகிறோம்:
போதியின் ஒளி விளக்கு (விழிப்பு) பிரகாசிக்கிறது
எங்கள் இதயங்களுக்குள்.

- மலர்கள் -

புதிய மற்றும் அழகான பூக்களை வழங்குவது, விரைவில் வாடி, வாசனையற்ற மற்றும் நிறமாற்றம் அடைந்து, நம்

வாழ்க்கை உட்பட எல்லாவற்றின் நிலையற்ற தன்மையையும் நினைவூட்டுகிறது. இது நம் வாழ்வின் ஒவ்வொரு நொடியையும் பொக்கிஷமாக வைத்துக் கொள்ளத் தூண்டுகிறது, அதே சமயம் பற்றுயில்லாமல்.

புத்தரை வணங்கி, நாங்கள் பூக்களை படைக்கிறோம்:
இன்று புதியதாகவும் இனிமையாகவும் பூக்கும் மலர்கள்,
நாளை வாடி உதிர்ந்த பூக்கள்.
பூக்களைப் போல நம் உடலும் அழிந்து போகும்.

-நறுமண தூபம் -

நறுமணத்துடன் காற்றை நிரப்பும் தூப பிரசாதம், ஆரோக்கியமான நடத்தையின் நல்லொழுக்கம் மற்றும் சுத்திகரிக்கும் விளைவைக் குறிக்கிறது. இது எல்லாத் தீமைகளையும் ஒழித்து, எல்லா நன்மைகளையும் வளர்க்கும்படி நம்மைத் தூண்டுகிறது.

புத்தரை வணங்கி, நாங்கள் தூபம் காட்டுகிறோம்:
காற்றில் நறுமணம் வீசும் தூபம்.
பரிபூரண வாழ்க்கையின் வாசனை,
தூபத்தை விட இனிமையானது,
உலகம் முழுவதும் அனைத்து திசைகளிலும் பரவுகிறது.

- தண்ணீர் -

நீர் வழங்குவது தூய்மை, தெளிவு மற்றும் அமைதியைக் குறிக்கிறது. இந்த குணங்களை அடைய நமது உடல், பேச்சு மற்றும் மனதை வளர்க்க இது நம்மை தூண்டுகிறது.

- பழங்கள் -

பழங்கள் கர்ம காரணம் மற்றும் விளைவு உண்மையை , மற்றும் அனைத்து பௌத்தர்களின் குறிக்கோளான ஞானத்தின் இறுதி பலனை நோக்கி செல்லும் ஆன்மீக சாதனையின் பலன்களை .அடையாளப்படுத்துகிறது இது அனைவருக்கும்மான அறிவொளியை நோக்கிப் பாடுபடுவதற்கு நம்மைத் தூண்டுகிறது.

பண்ணிசைத்தல்/ஜபம்

ஜபம் (பூஜை) என்பது புத்தரின் போதனைகளைப் பிரதிபலிக்கும் ஒரு இனிமையான பண்ணிசைப்பு முறையாகும். மனப்பாடம் செய்ய உதவுவதோடு, நிதானமான தாளத்தில் பாடுவது ஓதுபவர் மற்றும் கேட்பவர் இருவரிடமும் அமைதியான விளைவைக் கொண்டிருக்கிறது. விழிப்புணர்வுடனும் ஆற்றலுடனும் ஜபம் செய்ய வேண்டும். தியானத்தைப் போலவே, ஜபமும் ஒருமுகப்படுத்தப்பட்ட மற்றும் அமைதியான மனநிலையை வளர்க்க உதவுகிறது.

புத்தரின் வார்த்தைகளை பயம் ஏற்படும் சமயங்களில், வெளிப்புற மூலங்களிலிருந்து அல்லது தனக்குள்ளேயே இருந்து, அத்தகைய இடையூறுகளை சமாளிப்பதற்கு, மும் மாணிகளை மனதில் வைத்து ஓதலாம். மும் மாணிகள், ஏக்கம், வெறுப்பு மற்றும் அறியாமை போன்ற அனைத்து புனித தன்மையைக் கெடுத்தல் மற்றும் இடையூறுகளிலிருந்து விடுபட்டால் இது சாத்தியமாகும்.

பண்ணிசைத்தல் எந்த மொழியிலும் செய்யலாம். பிரபலமான மொழிகளில் பாலி, சமஸ்கிருதம் (புத்தரின் காலத்தில் பயன்படுத்தப்பட்ட மொழிகள்) சீனம், திபெத்தியன், தாய், ஆங்கிலம் போன்றவை அடங்கும்.

பல பௌத்தர்கள் காலையில் ஒரு முறையும் மாலையில் ஒரு முறையும் பாடுகிறார்கள். காலை பூஜையின் நோக்கம், பாடப்படும் உபதேசங்களை நாள் முழுவதும் நினைவில் வைத்துக் கொள்ள வேண்டும் என்பதாகும். மாலை பூஜையின் நோக்கம், ஒருவர் காலையில் தீர்மானித்ததை பகலில் நிலைநிறுத்திக் கொண்டாரா என்பதைப் பற்றி சிந்திப்பதாகும். பாடப்படும் பொருளின் தேர்வு பாரம்பரியத்திற்குப் பாரம்பரியமாக மாறி இருந்தாலும், சில பொதுவான உள்ளடக்கங்கள்: அடைக்கலம் அடைதல், ஐந்து கட்டளைகள், மும் மாணி பாராட்டு, சூத்திரங்கள், மந்திரங்கள், புத்தர்கள் மற்றும் போதிசத்துவர்களுக்கு மரியாதை, தவறுகளை ஒப்புக்கொள்வது, புண்ணியத்தால் மகிழ்ச்சியடைதல் மற்றும் புண்ணியங்களின் பகிர்வு.

மந்திரங்கள்

மந்திரங்கள் குறுகிய புனித சொற்றொடர்கள் அல்லது எழுத்துக்களின் சரங்களாகும், அவை சில போதனைகள் அல்லது குணங்களைக் குறிக்கின்றன (எ.கா. ஆறு எழுத்து மந்திரம் "ஓம் மணி பத்மே ஹம்" இது கருணையை குறிக்கிறது), அதன் பல்வேறு அம்சங்களின் உண்மையைக் குறிக்கிறது. மந்திரங்களை ஓதுவது மன அமைதி மற்றும் சாந்தம் வர உதவுகிறது. குறிப்பிட்ட மந்திரங்கள் இரக்கம்,

ஞானம் மற்றும் தைரியம் போன்ற சில நேர்மையான பண்புகளை வளர்க்க உதவும்.

புத்தர் மற்றும் போதிசத்துவர்களுக்கான வணக்கமுறை

புத்தர்களுக்கு (பெயர்கள்) வணக்கமுறை (எ.கா. "நமோ அமிதாபோ " அல்லது அமிதாப புத்தருக்கு மரியாதை, மற்றும் "நமோ டாசி தபே குவான்ஷியின் பூசா" அல்லது மிகுந்த அன்பு-கருணை மற்றும் கருணை கொண்ட அவலோகிதேஸ்வர போதிசத்வாவுக்கு வணக்கம்) மற்றும் போதிசத்வாக்கள் அவர்கள் வெளிப்படுத்தும் நற்பண்புகள் மற்றும் குணங்களை நினைவுபடுத்துவதற்கும், தனக்குள் வணங்கி வேண்டிக் கொள்ளவும், ஒற்றை எண்ணத்துடன் ஓதலாம். அப்படிச் செய்வது அவர்களைப் போன்ற பல்வேறு குணங்களில் நாமும் முழுமை பெற முடியும் என்பதை நினைவூட்ட உதவுகிறது.

விசாக நாள் / சித்ரா பௌர்ணமி

விசாக தினம் பௌத்த சமூகத்திற்கு வருடத்தின் மிக முக்கியமான நிகழ்வாகும். இது புத்தரின் பிறப்பு, ஞானம் மற்றும் இறுதி நிர்வாணாவை நான்காவது சந்திர மாத முழு நிலவு நாளில் நினைவுகூருகிறது. . உலகெங்கிலும் உள்ள மில்லியன் கணக்கான பௌத்தர்களால் இந்த நிகழ்வு அனுசரிக்கப்படுகிறது. அனைவரிடமும் நல்லெண்ணத்துடன் மகிழ்வதற்கான விழா இது. இது நமது தனிப்பட்ட ஆன்மீக வளர்ச்சியை பிரதிபலிக்க ஒரு சந்தர்ப்பமாகும்.

பல பௌத்தர்களுக்கு, விசாக தினம் அனுசரிப்பு அதிகாலையில் தொடங்கும் போது அவர்கள் எட்டு விதிகளை கடைபிடிக்க கோவில்களில்/விகார்களில் கூடுகிறார்கள். மற்றவர்கள் மும் மாணி சரண், ஐந்து கட்டளைகளைக் கடைப்பிடித்தல், விகார்களில் பிரசாதம் வழங்குதல் மற்றும் பண்ணிசைத்தல் போன்ற சடங்குகளின் மூலம் சமுக அனுசரிப்புகளில் சேரலாம். அவர்கள் சிறப்பு ஊர்வலங்கள் மற்றும் சுற்றுதலில் பங்கேற்கலாம், மேலும் புத்தரின் போதனைகளின் பிரசங்கங்களை வழங்கும் துறவிகளின் பேச்சை கேட்கலாம்.

பல விகார்களில், பௌத்தர்கள் குழந்தை இளவரசர் சித்தார்த்தரின் (புத்தராக வரப்போகும்) படத்தை மலர்களால் நிரம்பிய வாசனை திரவிய நீர் கொண்ட தொட்டியில் வைக்கும் சடங்கு முறையில் குளிப்பாட்டுகிறார்கள். நறுமண நீர் ஒரு கரண்டியால் துடைக்கப்பட்டு சிலை மீது ஊற்றப்படுகிறது. இது ஒருவரின் ஆரோக்கியமற்ற செயல்களை ஆரோக்கியமான செயல்களால் தூய்மைப்படுத்துவதற்கான உறுதியை குறிக்கிறது.

பெரும்பாலான பௌத்தர்கள் இந்த நாளில் சைவ உணவை உட்கொள்கின்றனர், ஏனெனில் அவர்கள் உலகளாவிய கருணையான புத்தரின் போதனைகளை நினைவுபடுத்துகிறார்கள். இந்த நாளில், விஹார்களில் பௌத்த கொடிகள் மற்றும் விளக்குகளால் வண்ணமயமாக அலங்கரிக்கப்பட்டுள்ளன, அதே நேரத்தில் விகார்கள் பூக்கள், பழங்கள் மற்றும் பிற பிரசாதங்களால் நிரப்பப்படுகின்றன.

உபவாச நாட்கள்

உபவாச அல்லது அமாவாசை மற்றும் பௌர்ணமி நாட்களில் (சந்திர மாதத்தின் முதல் மற்றும் பதினைந்தாவது நாட்கள்), பல பௌத்தர்கள் தியானம் செய்வதற்காக விகார்களில் கூடுகிறார்கள்.
பிரசாதம் வழங்குதல், உபதேசம் செய்தல் மற்றும் மும் மாணிகளை வணங்கும் செயல்களை நடைமுறைப்படுத்துதல். இந்த நாட்களில் எட்டு விதிகளை கடைபிடிக்கும் போது பலர் சைவ உணவை எடுத்துக்கொள்கிறார்கள்.

உள்ளம்பனா தினம்/மூதாதையர்கள் தினம்

உள்ளம்பனா என்பது பௌத்தர்கள் தங்கள் மூதாதையர்களுக்கு மரியாதை செலுத்துவதையும், துன்பத்தில் தவிக்கும் அனைத்து உயிரினங்கள் மீதும் கொண்ட கருணையின் வெளிப்பாடாகும். ஏழாவது அமாவாசையின் பதினைந்தாம் நாளில் உள்ளம்பனாவைக் கடைப்பிடிப்பது புத்தரின் சீடரான மௌத்கல்யாயனின் (மொகல்லானா) சம்பவத்தை அடிப்படையாகக் கொண்டது, அவர் தனது தியான சக்தியின் மூலம் தனது தாயார் ஆவல் நிறைந்த ஆவியாக மீண்டும் பிறந்தார் என்பதைக் கண்டறிந்தார். மன உளைச்சலுக்கு ஆளான அவர் புத்தரை உதவிக்காக அணுகினார், பின்னர் அவர் சங்கத்திற்கு காணிக்கைகளை வழங்குமாறு அறிவுறுத்தினார், ஏனெனில் அவ்வாறு செய்வதன் புண்ணியத்தால் அவரது தாயின் துன்பத்திலிருந்து விடுபட உதவும், மேலும்

துன்பத்தில் இருக்கும் பிற உயிரினங்களின் துன்பத்தைப் போக்க உதவும். இறந்தவர்கள் மற்றும் பிற துன்பங்களைத் தீர்க்க காணிக்கை வழங்குவது ஒரு பிரபலமான நடைமுறையாக மாறியது.

துறவிகளுக்குத் தேவையான பொருட்களை வழங்குவதன் மூலமும், சொற்பொழிவுகள் செய்வதன் மூலமும், தொண்டுகள் செய்வதன் மூலமும் உள்ளம்பனை நாள் கடைப்பிடிக்கப்படுகிறது. இந்த செயல்களின் நன்மைகள் அனைத்து உயிரினங்களுடனும் பகிர்ந்து கொள்ளப்படுகின்றன.

ஒளி பரிமாற்ற விழா

இந்த விழாவில், பக்தர்கள் சூரிய மறைவிற்கு ப் பிறகு ஒளிரும் மெழுகுவர்த்தியை வைத்து, அவர்கள் ஒரு விஹார் அல்லது ஒரு புனிதப் பொருளைச் சுற்றி நடைபயிற்சி தியானத்தில் நடந்து செல்கிறார்கள். அவ்வாறு செல்லும்போது மந்திரங்கள் அல்லது புத்தரின் பெயர் உச்சரிக்கப்படுகிறது. அறியாமையின் இருளைப் போக்க உலகின் ஒவ்வொரு திசைக்கும் ஞான ஒளியை (மெய்மையைப் பகிர்ந்துகொள்வதை) இந்த விழா குறிக்கிறது. தனிப்பட்ட அளவில், இது ஒருவரின் உள் ஞான விளக்கை ஏற்றி வைப்பதன் முக்கியத்துவத்தைக் கொண்டுள்ளது.

ஒருவரின் சொந்த ஞான ஒளி சுடர் இறக்காமல் எண்ணற்ற மற்றவர்களுக்கு ஒளியை காலவரையின்றி கடத்துவது, ஒருவரின் பங்கில் இழப்பு இல்லாமல் ஞானத்தைப் பகிர்ந்து கொள்ள முடியும் என்பதை விளக்குகிறது.

மெழுகுவர்த்தியின் உருகும் போது திரியை எரிப்பது, நம் சொந்த வாழ்க்கை உட்பட அனைத்து நிபந்தனைகளின் நிலையற்ற தன்மையை நமக்கு நினைவூட்டுகிறது. அப்படிப் பிரதிபலிப்பது ஒவ்வொரு கணத்தையும் பற்று இல்லாமல் உணர்வூக்கத்துடன் பொக்கிஷமாக வைத்திருக்க உதவுகிறது.

சுடர் அணையாமல் இருக்கும் விழிப்புணர்வுடன் பயிற்சி செய்யப்படுகிறது. இது ஆன்மீக வாழ்க்கைக்கு தீங்கு விளைவிக்கும் எதிர்மறை காரணிகளுக்கு எதிராக மனதை தொடர்ந்து பாதுகாப்பதன் அடையாளமாகும். இவ்விழாவில், ஒரே ஒரு தீப்பிழம்பு கடல் அளவு இருள் நிறைந்த அறியாமையை ஒளிரச் செய்வதன் மூலம் ஒருவருக்கொருவர் பிரகாசத்தைக் கொண்டுவரும் விளக்குகளின் கடலாக மாறுவதைப் பார்ப்பது மிகவும் உத்வேகம் அளிக்கிறது..

மூன்று படி, ஒரு வணக்கம் விழா

இந்த விழாவில், பக்தர்கள் வழக்கமாக சூரிய உதயத்திற்கு முன் வரிசையில் நின்று விகாரை தியான நிலையில் சுற்றி, மூன்று அடிகளுக்கு ஒரு முறை வணங்கி, மந்திரங்கள் அல்லது புத்தரின் பெயரை உச்சரித்து அவரைப் புகழ்வார்கள். ஒவ்வொரு நெடுஞ்சாண் கிடை வணக்கத்தின் போதும், புத்தர் ஒருவரின் உள்ளங்கைகளுக்கு முன்னால் நிற்பதைக் மனக்கண்ணால் காணலாம், அது அவருடைய போதனைகளைப் பெற வழிவகுக்கிறது.

திறந்த உள்ளங்கைகள் தூய்மையான தாமரை (நம் மனம்) மலர்வதைக் குறிக்கிறது. (தாமரை பூக்களின் வேர்கள் ", புனிதத்த்னமையைக் கெடுக்கும் சேற்றில்" இருந்தாலும், அவை கறைபடாமல் மலரும்.) இவ்வாறு ஒவ்வொரு நெடுஞ்சாண் கிடை வணக்கமும் புத்தருக்கு (அல்லது எண்ணற்ற புத்தர்களுக்கும் போதிசத்துவர்களுக்கும்) மரியாதை செலுத்துவதாகும். இந்தப் பயிற்சியானது மனதைத் தூய்மைப்படுத்தவும், 'நான்' என்னும் முனைப்பை குறைக்கவும், ஆன்மீகப் பாதையில் உள்ள தடைகளைக் குறைக்கவும் உதவுகிறது. பயிற்சியின் போது ஒருவரது உடல், பேச்சு மற்றும் மனம் ஆகியவற்றின் விழுப்புணர்வுடன், செறிவு மற்றும் அமைதியை அடைய முடியும்.

விழா நீண்டதாக இருப்பதால், அறிவொளியை நோக்கிய நீண்ட மற்றும் எப்போதாவது கடினமான பயணத்தை நினைவூட்டுகிறது. ஆனால் நாம் உறுதியாக இருக்கும் வரை, எல்லா சிரமங்களையும் சமாளிக்க முடியும் என்பதை இது நமக்கு நினைவூட்டுகிறது. சிரமங்கள் இருந்தபோதிலும் பயிற்சியை முடிப்பதில் விடாமுயற்சி, புத்தர் மற்றும் அறிவொளியை நோக்கி நம்மை இட்டுச் செல்லும் அவரது போதனைகள் மீதான நமது நம்பிக்கையை வலுப்படுத்த உதவுகிறது. விழாவின் முடிவில் விடியற்காலை, ஒருவன் அறிவொளியை நோக்கி முன்னேறும்போது அறியாமை இருளை அகற்றும் ஞான ஒளியைக் குறிக்கிறது.

15. தியானம்

தியானம் என்பது மன வளர்ச்சி அல்லது மனதை பண்படுத்துவது ஆகும் . தியானத்தின் மூலம், ஒருவர் ஆன்மீகரீதியாகவும் முறையாகவும் வளர பயிற்சி மேற்கொள்கிறார்- ஒருவரின் உணர்வு நிலை மென் மேலும் வளர்ச்சியடைகிறது. ஒருவர் தன்னைப் பற்றியும், மற்றவர்களைப் பற்றியும், ஒருவரது சூழல் பற்றியும், இறுதியில், யதார்த்தத்தைப் பற்றியும் அதிக அளவில் புரிந்து கொள்கிறார். இந்த அதிகரித்த விழிப்புணர்வு அன்றாட வாழ்க்கை சூழ்நிலைகளை, அதிக அமைதி மற்றும் நுண்ணறிவுடன் சமாளிக்க உதவுகிறது.

புத்தர் அனுபவித்த மற்றும் கற்பித்த தியானம் இரண்டு அம்சங்களைக் கொண்டது - அமைதி (அல்லது ஒருமுகப்படுத்துதல்) மற்றும் நுண்ணறிவு (அல்லது மெய் ஞானம்). மனம் மென் மேலும் அமைதியாகி, ஒருவரின் உணர்வு மென் மேலும் தெளிவடையும் போது, ஒருவர் விஷயங்களின் உண்மையான தன்மையைப் பற்றிய நுண்ணறிவின் "கணநேர திடீரொளி" பெறத் தொடங்குகிறார் - இது ஞானத்திற்கு வித்திடுகிறது. அமைதியும் நுண்ணறிவும் கைகோர்த்துச் செல்வதால், ஒருவர் மிகுந்த அமைதி மற்றும் சிறந்த நுண்ணறிவு இரண்டையும் அடைந்த பின்னரே தியானம் முழுமையடைகிறது.

தியானம் எவ்வாறு உதவும்?

தியானத்தின் மூலம் மனதின் நல்ல பழக்கங்களை வளர்த்துக் கொள்வதன் மூலம், அன்றாட வாழ்வில் நமது நடத்தை படிப்படியாக மாறுகிறது. எ.கா. நம் கோபம் குறையும்போது, நாம் சிறந்த முடிவுகளை எடுக்க முடியும், மேலும் நாம் குறைவான அதிருப்தி மற்றும் அமைதியற்றவர்களாக மாறுகிறோம். தியானத்தின் இந்த பலன்களை இப்போது இங்கேயே அனுபவிக்கலாம். நமது தற்போதைய மகிழ்ச்சிக்காக மட்டும் தியானம் செய்வதை விட பரந்த மற்றும் அதிக உள்ளடக்கிய உந்துதலைப் கொண்டிருக்க முயற்சிக்க வேண்டும். எதிர்கால வாழ்க்கைக்கான முன்னேற்பாடுகளை செய்வதற்காக தியானம் செய்வதற்கான உந்துதலை நாம் உருவாக்கலாம், அல்லது தொடர்ந்து நிகழும் பிரச்சினைகளின் சுழற்சியிலிருந்து விடுபடுதல், அனைத்து உயிர்களின் நன்மைக்காக முழு ஞான நிலையை அடைதல்.

தியானம் முக்கியமானதா ?.

ஒவ்வொரு நாளும் சிறிது நேரம் இருந்தாலும், வழக்கமான தியானப் பயிற்சியை மேற்கொள்வது மிகவும் நன்மை பயக்கும். "நான் தியானம் செய்ய முடியாத அளவுக்கு வேலை, குடும்பம் மற்றும் சமூகக் கடமைகளில் நான் மிகவும் பிஸியாக இருக்கிறேன்" என்று நினைப்பது தவறானது. தியானம் நமக்கு பயனுள்ளதாக இருந்தால், அதற்கு நேரம் ஒதுக்க வேண்டும். நாம் தியானம் செய்யாவிட்டாலும், ஒவ்வொரு நாளும் நமக்காக சில

அமைதியான நேரத்தை ஒதுக்குவது முக்கியம் - நம்மைப் பற்றி சிந்திக்கவும், தர்மத்தைப் பற்றி அறிந்து கொள்ளவும்.

நாம் நாமே சமாதானம் இருக்கவும், தனியாக மகிழ்ச்சியாக இருக்கவும் கற்றுக்கொள்வது முக்கியம். நாளின் நடவடிக்கைகள் தொடங்குவதற்கு முன்பு அல்லது நாளின் முடிவில் சிறிது அமைதியான நேரத்தை ஒதுக்குவது அவசியம் - குறிப்பாக எல்லோரும் மிகவும் பிஸியாக இருக்கும் இந்த நவீன சமூகத்தில். நாம் எப்போதும் நம் உடலை ஊட்டிவளர்க்க நேரத்தைக் காண்கிறோம், உணவைத் தவிர்க்க மாட்டோம், ஏனென்றால் அது முக்கியமானது என்று நமக்கு தெரியும். அதேபோல, நம் மனதையும் வளர்த்துக்கொள்ள நேரத்தை ஒதுக்க வேண்டும். எல்லாவற்றிற்கும் மேலாக, எதிர்கால வாழ்க்கையில் தொடர்வது நம் உடல் அல்ல, நம் மனம். தர்மத்தை கடைபிடிப்பது மற்றவர்களுக்கும் நமக்கும் நன்மை பயக்கும். உண்மையான மகிழ்ச்சிக்கான காரணங்களை எவ்வாறு உருவாக்குவது என்பதை தர்மம் விவரிப்பதால், நாம் அனைவரும் உண்மையான மகிழ்ச்சியை விரும்புவதால், நம்மால் முடிந்தவரை தர்மத்தை செயற்படுத்த வேண்டும்.

சிறப்பு சக்திகளுக்காக நான் தியானம் செய்யலாமா?

தியானத்தின் இறுதி இலக்கு சிறப்பு சக்திகளைப் பெறுவது அல்ல. சிலர் அமானுஷ்ய/சிறப்பு சக்திகளைப் பற்றி மிகவும் உற்சாக உணர்ச்சி பட்டவர்களாக இருக்கிறார்கள். "எல்லோரும் என்னை சிறப்பு வாய்ந்தவர் என்று நினைத்து என்னிடம் ஆலோசனைக்காக வருவார்கள். நான் நன்கு

அறியப்பட்டவனாகவும் மதிக்கப்படுபவனாகவும் இருப்பேன்!" இது ஒரு அகங்கார உந்துதல். உதாரணமாக, நாம் இன்னும் கோபமடைந்து, நாம் என்ன நினைக்கிறோம், பேசுகிறோம் மற்றும் செய்கிறோம் என்பதைக் கட்டுப்படுத்த முடியவில்லை என்றால், அத்தகைய சக்திகள் பயனற்றவை, மேலும் நம் தர்ம நடைமுறைக்கு கவனச்சிதறல் மட்டுமே. ஒரு புத்திசாலி மற்றும் கனிவான நபராக மாறுவது மிகவும் நன்மை பயக்கும். ஒருவருக்கு கனிவான இதயம் இருந்தால், அமானுஷ்ய/ சக்திகளை வளர்ப்பது மற்றவர்களுக்கு நன்மை பயக்கும். உயர் பயிற்சியாளர்கள் தங்களுடைய சக்திகளை விளம்பரப்படுத்திக் கொள்ளவது இல்லை. தற்பெருமை பேசுபவர்களை விட தாழ்மையானவர்கள் மிகவும் ஈர்க்கக்கூடியவர்கள், அவர்களின் அமைதி மற்றும் மற்றவர்கள் மீதான மரியாதையுடன் பிரகாசிக்கிறார்கள். தங்கள் அகந்தையை அடக்கியவர்கள், பிறர் மீது இரக்கம் கொண்டவர்கள், தங்கள் ஞானத்தை வளர்த்துக் கொண்டவர்கள், அவர்கள் நாம் நம்பக்கூடியவர்கள்.

தியானம் ஆபத்தானதா?

நம்பகமான நிரூபிக்கப்பட்ட முறையில் அறிவுரைகளை வழங்கும் அனுபவமிக்க ஆசிரியரிடமிருந்து தியானம் செய்யக் கற்றுக்கொண்டு, தியானம் வழிமுறைகளை நாம் சரியாகப் பின்பற்றினால், எந்த ஆபத்தும் இல்லை. தியானம் என்பது மனதில் நல்ல பழக்கங்களை உருவாக்குவது. இதை நாம் படிப்படியாகச் செய்யலாம். ஒருவர் தொடக்கநிலையில் இருக்கும்போது, சரியான

அறிவுறுத்தல் இல்லாமல் மேம்பட்ட நடைமுறைகளை முயற்சிப்பது விவேகமற்றது.

அறிவுறுத்தல் இல்லாமல் மேம்பட்ட நடைமுறைகளை முயற்சிப்பது விவேகமற்றது.

16. சாதனையின் பலன்கள்

புத்தம் இருப்பதே அனைவருக்கும் அறிவொளி எனும் நோக்கமே. எனவே, புத்தர் அல்லது உச்ச ஞானம் என்பது ஒரு பௌத்தரின் இறுதி இலக்கு. எளிமையாகச் சொன்னால், இது உண்மையான மகிழ்ச்சியின் சாதனை. பரந்த அளவில் சுருக்கமாக, உயர்ந்த அறிவொளியை நோக்கிய நிலைகளாக ஆன்மீக சாதனையின் நிலைகள் பின்வருவனவற்றை உள்ளடக்குகின்றன.

அருகதர் நிலை / அராஹான்ட் நிலை

ஒருவர் அருகதர் நிலை / அராஹான்ட் (அராஹத்ஷிப்) அடைய விரும்பலாம், அராஹந்த் (அல்லது அர்ஹத்) ஆகலாம். ஒரு அரஹந்த் என்பது நிர்வாணத்தின் பேரின்பத்தையும் ஞானத்தையும் அடைந்து, ஏக்கம், வெறுப்பு மற்றும் அறியாமை (எல்லா துன்பங்களுக்கும் காரணமாகிறது) ஆகியவற்றிலிருந்து விடுதலையை அடைந்து, அதன் மூலம் தனக்கான பிறப்பு மற்றும் இறப்பு சுழற்சியை முடிவுக்குக் கொண்டு வருகிறது.

போதிசத்துவர் நிலை / போதிசத்துவத்துவம்

ஒரு அருகதர் போதிசத்வா நிலைக்கு முன்னேறி, போதிசத்வாவாக மாற முடியும். ஒரு போதிசத்வா என்பது,

இரக்கத்தால், தன்னுடன் மற்ற அனைத்து உயிரினங்களுக்கும், உயர்ந்த ஞானத்தை நோக்கி முன்னேற உதவ வேண்டும் என்று தீர்மானிப்பவர். மற்ற அனைவரும் துன்பங்களிலிருந்து விடுபடுவதற்கு முன், போதிசத்துவர்கள் உயர்ந்த ஞானத்தின் பேரின்பத்திற்குள் நுழைய மாட்டோம் என்று சபதம் செய்தாலும், புத்தர்கள் மட்டுமே உயர்ந்த ஞானம் பெற்றவர்கள் என்பதை அவர்கள் உணர்கிறார்கள்.

மற்றவர்களுக்கு சிறந்த முறையில் உதவுவதற்கு பரிபூரண இரக்கமும் ஞானமும் வேண்டும். இவ்வாறு, அவர்கள் உயர்ந்த ஞானத்தை அடைய முயல்கிறார்கள், ஆனால் அவர்கள் தங்கள் சொந்த ஆனந்த நிலையில் இருக்கவில்லை மற்றும் மற்றவர்களை மறந்துவிடுகிறார்கள். அறிவொளியை நோக்கி மற்றவர்களை திறமையாக வழிநடத்த அவை பல்வேறு வடிவங்களில் வெளிப்படுகின்றன. அருகதர் இலட்சியத்திற்குப் பதிலாக முதலில் போதிசத்துவர் இலட்சியத்தைப் பெறுவதன் மூலம் அறிவொளியை நோக்கிய பாதையைத் தொடங்க முடியும்.

புத்தர் நிலை

போதிசத்வத்துவத்தின் பரிபூரணத்துடன், ஒருவர் புத்த நிலை அடைந்து, புத்தராக மாறுகிறார். ஒரு புத்தர் உயர்ந்த ஞானத்தை அடைந்தவர், பரிபூரண ஞானம் மற்றும் கருணை கொண்டவர். ஒரு புத்தர் "மரித்தால்" அவர் தனது உடலை விட்டு வெளியேறி, பரிநிர்வாணா (இறுதி நிர்வாணா) சரியான காலவரை அற்ற பேரின்ப நிலைக்குள் நுழைகிறார். இரக்கத்தின் காரணமாக, அவர்

தன்னை போதிசத்துவர்களாக காலவரையின்றி மீண்டும் வெளிப்படுத்த முடியும். அல்லது மற்றவர்களுக்கு உயர்ந்த ஞானத்தை உணர உதவும் புத்தராக.

17. புத்தமும் அறிவியலும்

10,000 க்கும் மேற்பட்ட ஆர்வமுள்ள அறிவுசார் குழு, ஒருமுறை, புத்தரிடம், பிரபஞ்சத்தின் இயல்புதன்மை பற்றி விளக்குமாறு கேட்டுக் கொண்டது. இதைத் தொடர்ந்து மூன்று மாதங்கள் நீடித்த தினசரி விரிவுரைகள் மற்றும் செயல் விளக்கங்கள் தொடர்ந்தன. புத்தரின் விளக்கங்கள் அங்கிருந்த அனைவரையும் திருப்திப்படுத்தும் வகையில் வழங்கப்பட்டது

அடிப்படைக் கொள்கைகளுக்குச் சுருக்கப்பட்டால், புத்த நூல்களில் உள்ள பல அறிக்கைகளின் கூற்று நவீன அறிவியல் கண்டுபிடிப்புகளுடன் ஒத்துப்போகின்றன என்பது மிகவும் குறிப்பிடத்தக்கது. புத்தம் அறிவியல் சார்ந்தது, அது, கூர் நோக்கு குறிக்கோள்/மெய்யான நோக்கல் , பரிசோதனை மற்றும் பகுப்பாய்வு ஆகியவற்றால், கட்டற்ற ஆராய்ச்சி உணர்வில் ஒருங்கிணைக்கிறது.

புத்தம் அறிவியலுக்கு அப்பாற்பட்டது, ஏனெனில் அது தார்மீக மற்றும் ஆன்மீக வழிகாட்டுதலை வழங்குவதன் மூலம் நவீன வாழ்க்கைக்கு பங்களிக்க முடியும், நமது வளர்ந்து வரும் தொழில்நுட்ப மற்றும் பொருள்முதல்வாத யுகத்தில், உண்மையான மகிழ்ச்சிக்கான பாதையை நமக்குக் காட்டுகிறது. ஐன்ஸ்டீன் கூறியது போல்,

"அறிவியல் இல்லாத மதம் குருடு; மதம் இல்லாத அறிவியல் முடம் /முடமானது.

நீங்கள் அம்பினால் சுடப்பட்டீர்கள்!

உண்மையில், புத்தர் பிரபஞ்சத்தின் (மெட்டா) இயல் கடந்த இயற்பியல் பிரச்சினைகளில் அதிக கவனம் செலுத்த விரும்பவில்லை, ஏனெனில் உண்மையான மகிழ்ச்சியை நோக்கிய ஆன்மீக வளர்ச்சிக்கு அவைகளின் உதவி மிக குறைவே. அவர் கருணையால் மட்டுமே அவர்களுக்குக் கற்றுக் கொடுத்தார் - ஒரு அடிப்படையான போதனையை கொண்டு வர வேண்டும், அல்லது அவரது உண்மையான போதனைகளைக் கேட்காதவர்களின் ஆர்வத்தைத் திருப்திப்படுத்த. நாம் மெய்ஞானம் பெற்றவுடன், அனைத்து ஊகக் கேள்விகளுக்கும் பதில்கள் தெரியும் என்று புத்தர் உறுதியளித்தார், எனவே நாம் இப்போது அவற்றில் அதிக கவனம் செலுத்தத் தேவையில்லை.

ஊகக் கேள்விகளைக் கேட்டுக்கொண்டே இருப்பவரை , யார் அதை எய்தார்கள் , எப்படி எய்தார்கள் , எங்கிருந்து எய்தார்கள் என்று தெரியும் வரை அதை அகற்ற மறுக்கும், விஷம் தோய்ந்த அம்பு எய்யப்பட்ட மனிதனுடன் புத்தர் ஒப்பிட்டார். இவற்றுக்கு விடை கிடைக்கும் நேரத்தில் அவர் இறந்துவிடுவார். அதேபோல், வரவிருக்கும் அச்சுறுத்தும் மரணம் மற்றும் நிலையான அதிருப்தியின் அம்புகளால் நாம் "சுடப்படுகிறோம்", மேலும் மெய் ஞானம்/அறிவொளி அடைவதற்கான நமது முன்னுரிமையை நாம் ஒருபோதும் மறந்துவிடக் கூடாது.

பருப்பொருள்

புத்த போதனை, "வடிவம் வெறுமை; வெறுமை என்பது வடிவம். வடிவம் வெறுமையிலிருந்து வேறுபட்டதல்ல; வெறுமை என்பது வடிவத்திலிருந்து வேறுபட்டதல்ல". "உருவம் தான் வெற்றிடம்/சூன்யதா. சூன்யதா/வெற்றிடம் தான் உருவம்". உருவம் வெறுமையிலிருந்து வேறுபட்டதல்ல; வெறுமை என்பது உருவத்திலிருந்து வேறுபட்டதல்ல". பொருள் உண்மையில் திடமானதாகவோ அல்லது இறுதியில் ஆற்றலின் "வெறுமையில்" இருந்து வேறுபட்டதாகவோ இல்லை என்ற உண்மையைக் குறிக்கிறது, பொருள் "திடமான" மையமாக இல்லாமல் பொருளற்றதாக மாறும் மற்றும் நேர்மாறாகவும். இது புகழ்பெற்ற விதியின் புத்த பதிப்புரு: E=mc2 (E = ஆற்றல், m = நிறை, c = ஒளியின் வேகம்). ஒரு சிறிய பருப்பொருள் எப்படி அபார சக்தியாக மாற்ற முடியும் என்பதற்கு அணுகுண்டு ஒரு உதாரணம். அதேபோல் ஆற்றலையும் பொருளாக மாற்றலாம். விஞ்ஞானம் அதை இன்னும் கண்டுபிடிக்கவில்லை என்றாலும், புத்தர் அத்தகைய "அதிசய" சாதனைகளை நிகழ்த்தியதாக பதிவு செய்யப்பட்டுள்ளது. அவர் தனது போதனைகளைக் கேட்கத் தயாராக இருப்பதாகத் தெரிந்த பெருமையுடையவர்களைத் அடக்கமாக்குவதற்காக, ருணையால் மட்டுமே அவ்வாறு செய்தார், தற்பெருமை மட்டுமே தடுக்கப்பட்டது.

மனம்

புத்தர் பிரபஞ்சத்தின் முதன்மையான காரணி மற்றும் மிகவும் சக்திவாய்ந்த சக்தி மனம் என்று அறிவித்தார். ஒரு நபரின் மனம் எதை, எப்படி உணர்கிறது என்பதில் இறுத்து யதார்த்தத்தை/மெய்மையை உருவாக்க முடியும், என்பதை இன்றய விஞ்ஞானிகள் உணர்ந்துள்ளனர். மன ஆற்றல் இன்னும் அறிவியலால் முழுமையாக புரிந்து கொள்ளப்படவில்லை. எனினும், புத்தர், மனதின் இயக்கவியல் பற்றி மிக விரிவாகப் போதித்தார். மன தேர்ச்சி வல்லமை மிக முக்கியமானது,ஏனெனில் , அது உண்மையான மகிழ்ச்சி மற்றும் விடுதலைக்கான திறவுகோலாகும்.

சார்பியல்

புத்தர், ஐன்ஸ்டீனைப் போலவே, சார்பியல் உண்மையைக் கண்டுபிடித்தார் - இடமும் நேரமும் முழுமுழுமையானவை அல்ல ஆனால் சார்புடையது, ஒன்றுக்கொன்று சார்ந்து செயல்படுகின்றன என்று. இடம் மற்றும் நேரம், வெவ்வேறு உலகங்கள் மற்றும் மனநிலைகளில் உள்ள தனிநபர்களால் வித்தியாசமாக அனுபவிக்கப்படுகிறது. ஆனால், அறிவொளி நிலையில், பட்டறிந்துகொண்ட உலகம் என்பது இடம் மற்றும் நேரத்தின் ஊடுருவல் பற்றிய தெளிவான விழிப்புணர்வே ஆகும்.

காலநேரம்

புத்தம் காலநேரத்தை "மாற்றத்தின் அளவீடு" என்று வரையறுக்கிறது. இடப்பொருளின் (அல்லது ஆற்றல்)

இயக்கத்துடன் கால நேரம் இணைக்கப்பட்டுள்ளதால், இது அறிவியல் பூர்வமானது. மாற்றம் இல்லாத போது கால நேரம் என்ற கருத்து அர்த்தமற்றது. புத்தமதத்தில் காலநேரத்திற்கு ஆரம்பம் அல்லது முடிவு இல்லை, ஏனெனில் எல்லா விஷயங்களும் (காலமற்ற அறிவொளி நிலையைத் தவிர) நிலையான மாற்றத்திற்கு உள்ளாகின்றன. இந்த நேரத்தில் நமது வாழ்தலுக்கு அர்த்தமுள்ள "இப்போது" என்ற முதன்மை தருணம் மட்டுமே உள்ளது.

இடம் / இடம் இயல்வெளி

புத்தத்தில், இடம் என்பது இயக்கம் மற்றும் தொடர்புகளை /சார்புகளை அனுமதிக்கும், பொருளுக்கு இடையில் உள்ள வெற்றிடமாக வரையறுக்கப்படுகிறது, இடம் எல்லாத் திசைகளிலும் எல்லையில்லாமல் விரிந்து கிடப்பதால், பிரபஞ்சத்தின் எந்தப் புள்ளியையும் இடத்தின் மையமாகக் கருதலாம். அதேபோல, விஞ்ஞானிகள் விண்வெளியைப் பார்த்து, பிரபஞ்சத்தில் நமது நிலை, விண்வெளியில் உள்ள மற்ற புள்ளிகளைப்/ மற்றதை போலவே இருப்பதைக் கண்டறிந்துள்ளனர்.பிரபஞ்சம் உலக அமைப்புகளுடன் ஒரே மாதிரியாக நிரப்பப்பட்டிருப்பதால் பிரபஞ்சத்தில் சிறப்பு நிலை எதுவும் இல்லை. "இங்கே" என்ற முதன்மை இடம் மட்டுமே, இந்த நேரத்தில் நம் இருப்புக்கு அர்த்தமுள்ளதாக இருக்கிறது..

அணு

அணு (முன்னர் பிரிக்க முடியாதது என்று கருதப்பட்டது) சமீபத்தில் அறுதியின்றி வகுக்கக்கூடியது என நிரூபிக்கப்பட்டுள்ளது, எனவே இது பொருளின் அடிப்படை

அலகு அல்ல. எனவே, ஒரு அணு உண்மையில் ஒரு அணு அல்ல; வசதிக்காக அவ்வாறு அழைக்கப்படுகிறது. அதுபோலவே, புத்தர் "பிரபஞ்சம்" (ஆற்றல் மற்றும் அணுக்களால் ஆனது) பற்றிப் பேசும்போது, பிரபஞ்சம் என்பதை , "பிரபஞ்சம்" - என்று பெயரளவில் மட்டுமே அழைக்கிறார்.

குவாண்டம் இயற்பியல்

விஞ்ஞானிகள் குவாண்டம் இயற்பியலில் அணுக்கள் மற்றும் அணுக்கூறுகள் துகள்கள் திட்டவட்டமான நிலை இடங்கள் அல்லது "அர்த்தமுள்ள" இயக்கம் இல்லை, சீரற்ற மற்றும் கணிக்க முடியாததாக தோன்றும். இதனால்,இது "மெய்மையின் அடிப்படை", ஒரு "கற்பனை நிழலுருவம்" என்று முடிவு செய்ய வழிவகுத்தது. ஒரு பார்வையாளர் ஒரு பரிசோதனையைப் பார்க்க தேர்ந்தெடுக்கும் விதம், உற்றுநோக்கப்பட்ட நிகழ்வுகளின் ஒரு பகுதியை வெளிப்படுத்துகிறது. வெளிப்படுத்தப்பட்ட பண்புகள், நிகழ்வுகளுடன் பார்வையாளரின் மனதின் இடைக்கணிப்பு மற்றும் தொடர்புகளைத் தவிர வேறில்லை. மெய்மை பார்வையாளரின் மனத்தால் மட்டும் கட்டமைக்கப்படவில்லை, ஆனால் எண்ணற்ற மனங்களால் கட்டமைக்கப்பட்ட எண்ணற்ற உண்மைகள் உள்ளன - ஒவ்வொன்றும் சமமான உண்மையான அல்லது சமமான உண்மையற்றவை என்று குவாண்டம் கோட்பாடு பரிந்துரைக்கிறது. அவை ஒருவருக்கொருவர் மிகவும் ஒத்ததாக இருக்கலாம் அல்லது கிட்டத்தட்ட எதிர்மாறாக இருக்கலாம்.

அதேபோல், புத்தத்தில், மனமே, அறுதி மெய்மையின் வெளிப்பாட்டின் உறுதியற்ற தன்மையை ஒரு குறிப்பிட்ட வழியில் கட்டமைக்கிறது. குறிப்பிட்ட நிபந்தனைகளின் அடிப்படையில், பொதுவாக இருப்பு அல்லது இல்லாதது, மேலும் குறிப்பாக, இருத்தலின் ஆறு பகுதிகளுக்குள் (அல்லது இருப்பின் முப்பத்தொரு பகுதிகளுக்குள்) மாற்றத்தின் வடிவத்தில், மெய்மையை மனம் ஒரு உறுதியான வழியில் கட்டமைக்கிறது.

ஒன்றுக்கொன்று சார்ந்திருத்தல்

பொருள் மற்றும் மன பிரபஞ்சத்தின் கூறுகள் ஒன்றுடன் ஒன்று தொடர்புடையது மற்றும் பிரிக்க முடியாதவை, அதாவது எதுவும் (எந்த ஒரு தனி பொருளும்) தனியாகம் தனித்தமையுடன் இல்லை, ஒவ்வொரு பொருளும் சம முக்கியதுவம் வாய்ந்தது . புத்தர் இதையே அனைத்து நிகழ்வுகளின் (ஒன்றுக்கொன்று) சார்ந்த தோற்றமாக கற்பித்தார்.

மாற்றம்

எந்தவொரு பொருளின் "திடமான" இருப்பு என்பது ஒரு மாயையாகும், ஏனெனில் பிரபஞ்சம் என்பது இடைவிடாத தொடர்ச்சியான ஒன்றோடொன்று தொடர்புடைய செயல்பாடுகளின் ஒரு சிக்கலான/பல பாகங்களை கொண்ட செயல்முறையாகும், இதில் எதுவும் மற்றவற்றிலிருந்து சுதந்திரமாக இடப்பெயராது. புத்தர் இதை அனைத்து நிபந்தனைக்குட்பட்ட பொருட்களின் நிலையான ஊசலாட்டம்/ஏற்ற இறக்கம் மற்றும் மாறுநிலை/

நிலையற்ற தன்மை/இயல்பு என்று கற்பித்தார் - அணுக்களின் மட்டத்தில் கூட.

நுண்ணுயிரிகள்

புத்தர் ஒருமுறை கோப்பையை உயர்த்தி காட்டி , அதில் 84,000 ("பல" அல்லது "எண்ணற்ற" உயிரினங்களைக் குறிக்கும் எண்) இருப்பதாகக் குறிப்பிட்டார். அப்போது அவர் என்ன சொன்னார் என்று யாருக்கும் புரியவில்லை. இன்று, நாம் நுண்ணோக்கியைப் பயன்படுத்தி, அவர் கண்ணுக்குத் தெரியாத நுண்ணுயிரிகளைக் குறிப்பிடுகிறார் என்பதைக் காண்கிறோம்.

பிரபஞ்சத்தின் பரிணாமம்

பிரபஞ்சம் இரண்டு பெரிய காலகட்ட மாற்றங்களுக்கு உள்ளாகிறது என்று புத்தர் கற்பித்தார், அவை முடிவில்லாமல் மீண்டும் மீண்டும் நிகழ்கின்றன - அண்ட விரிவாக்கம் மற்றும் சுருக்கம். இது ஊசலாடும் பிரபஞ்சத்தின் மாதிரியைப் போன்றது, இது பிரபஞ்சம் ஒரு பெரியவெடிப்பில் தொடங்கியது என்று கருதுகிறது, மேலும் திடப்பொருள் வெடித்து விண்மீன் திரள்களை உருவாக்க விரிவடைந்தது. விரிவாக்க விசை குறையும்போது, பிரபஞ்சம் மீண்டும் விரிவடைவதற்கு முன் ஒரு பெரிய நெருக்கடியினால் தன்னைத்தானே முடிக்கொள்கிறது. எனவே, எண்ணற்ற பிரபஞ்சங்கள் இருந்திருக்க வாய்ப்புள்ளது. பிரபஞ்சத்தின் பரிணாமம் இயற்கையானது - நீர் சுழற்சியைப் போலல்லாமல், நீர் மழையாக விழுகிறது மற்றும் மேகங்களை உருவாக்குவதற்கு முன்பு ஆவியாகி மீண்டும் ஆவியாகிறது. எனவே, ஒரு தன்னிறைவு சுழற்சி

செயல்முறையின் ஒரு பகுதியாக இருப்பதால், நீருக்கு (மற்றும் மற்ற எல்லா நிகழ்வுகளுக்கும்) ஒரு படைப்பாளி தேவையில்லை.

பிரபஞ்சத்தின் அமைப்பு

புத்தரின் கூற்றுப்படி, பிரபஞ்சம் அடுக்கு அடுக்காய் உள்ளது, மிகச்சிறியது ஆயிரம் மடங்கு சிறிய உலக அமைப்பு - இது மில்லியன் கணக்கான நட்சத்திரங்கள் மற்றும் கிரகங்களைக் கொண்ட ஒரு விண்மீன் (எ.கா. பால்வீதி) விவரிக்கிறது. அடுத்த அடுக்கு இருமுறை-ஆயிரம் நடுநிலை உலக அமைப்பு என்று அழைக்கப்படுகிறது - இது விண்மீன் கொத்துக்களை விவரிக்கிறது (எ.கா. கோமா பெரெனிசஸ்). மத்திய உலக அமைப்பு நூறு அல்லது ஆயிரம் விண்மீன் கொத்துக்களைக் கொண்டுள்ளது. அடுத்தது முக்கிய உலக அமைப்பு, மத்திய உலக அமைப்புகளின் தொகுப்பால் உருவாக்கப்பட்டது. இது ஒரு மெட்டா விண்மீனை விவரிக்கிறது (எ.கா. பிக் டிப்பருக்குள், குறைந்தபட்சம் ஒரு மில்லியன் விண்மீன்களை "கட்டுமானம்" செய்கிறது). நவீன விஞ்ஞானக் கருவிகளால் இது மிகத் தொலைவில் இருந்தாலும், தொலைநோக்கி கண்டுபிடிப்பதற்கு முன்பே புத்தர் இந்த பிரபஞ்சக் காட்சியைக் கற்பித்தார்.

விண்மீன் திரள்கள்

"மலர் வடிவ உலகங்கள்" இருப்பதாக புத்த நூல்கள் விவரிக்கின்றன. இது ரேடியோ-தொலைநோக்கிகளால் கவனிக்கப்பட்ட பில்லோவி விண்மீன்களுக்கு இடையேயான வாயு மேகங்களுடன் (பில்லியன் கணக்கான

நட்சத்திரங்களைக் கொண்டுள்ளது) ஒத்திருக்கிறது. "சில கடலைப் போலப் பரந்து, திருப்புச் சக்கரம் போல் சுழன்று கொண்டிருக்கிறது. சில ஒடுங்கியவை (எ.கா. செட்டஸ், பெகாசஸ் மற்றும் ஹெர்குலிஸில் காணக்கூடிய விண்மீன் திரள்கள்). சில சிறியவை. ஏனெனில் அவை எண்ணற்ற வடிவங்களைக் கொண்டுள்ளன. (விண்மீன் திரள்கள் எண்ணற்ற வடிவங்களில் உள்ளன). மேலும் அவை பல்வேறு வழிகளில் சுழல்கின்றன (விண்மீன் திரள்கள் அவற்றின் கருவைச் சுற்றி வருகின்றன),...சில உலகங்கள் ஒளிரும் சக்கரம் போன்றது (சில விண்மீன் திரள்கள் வலுவான ஒளிர்வு கொண்டவை)"

துடிப்பண்டம் (குவாசர்கள்)

சில உலக அமைப்புகள் (விண்மீன் திரள்கள்) பௌத்த நூல்களில் எரிமலைகளைப் போல கடுமையாக வெடிப்பதாக விவரிக்கப்பட்டுள்ளன. இது விண்மீன் திரள்களின் கருக்களில் இருந்து நம்பமுடியாத அளவு திட பொருள்களை வெளியேற்றி, தீவிரமாக வெடிக்கும் குவாசர்களுக்கு (துடிப்பண்டம்) ஒத்திருக்கிறது.

கருந்துளைகள் (பிளாக் ஹோல்)

சில அண்ட உலகங்கள் அனைத்தையும் உண்ணும் "சிங்கத்தின் வாய்" போன்றது என்று புத்த நூல்களில் விவரிக்கப்பட்டுள்ளது - இது கருந்துளைகளுக்கு ஒத்திருக்கிறது, அது அதன் ஈர்ப்பு விசையில் உள்ள அனைத்தையும் விழுங்குகிறது.

கிரகங்கள்

"பல உலக அமைப்புகள் பாறைகளால் ஆன பூமியால் நிரம்பியுள்ளன -ஆபத்தான மற்றும் அழிக்கும் " என்று புத்த நூல்கள் விவரிக்கின்றன. மற்ற நட்சத்திர அமைப்புகளின் கிரகங்களில் இது உண்மையாக இருந்தாலும், அது ஏற்கனவே உள்ள, செவ்வாய் மற்றும் வீனஸ் போன்ற நமது சூரிய மண்டலத்தின் சில கிரகங்களுக்கு நிரூபிக்கப்பட்டுள்ளது. பூமியானது ஒரு நிறை கனமான தடிமனான பொருளிலிருந்து உருவானது என்றும் , அது படிப்படியாக கெட்டியானது, என்றும் விவரிக்கப்பட்டது. இதை அறிவியலும் ஒப்புக்கொண்டு உள்ளது .

பரிணாமம்

புத்தரின் போதனைகள் அகன்ற அளவில் இயற்கை தேர்வு அறிவியலுடன் உடன்படுகின்றன. அனைத்து உணர்வுள்ள உயிரினங்களும், உயிர்வாழ்வதற்கான உள்ளுணர்வால், உயர்ந்த (மேலும் நுண்ணறிவுள்ள) வாழ்க்கை வடிவங்களாக அல்லது கீழ் வாழ்க்கை வடிவங்களாக (கர்மாவின் சக்தி மூலம்-இந்த ஒற்றை வாழ்வில் அல்லது மறுபிறப்பு மூலம்) தொடர்ந்து பரிணாம வளர்ச்சி அடைகின்றன என்று கற்பிக்கிறது. பரிணாம வளர்ச்சியின் மிக உயர்ந்த நிலையை அடையும் வரை இது காலவரையின்றி தொடர்கிறது, புத்தராக விழிப்புணர்வு அடையும் வரை - மன ரீதியாகவும் உடல் ரீதியாகவும் முழுமையாக பரிணாமம் அடையும் வரை.

நம் உலகின் வாழ்க்கை எவ்வாறு தோன்றியது மற்றும் வளர்ந்தது என்பது பற்றிய புத்தரின் விளக்கம், டார்வினால்

முன்மொழியப்பட்ட பரிணாமக் கோட்பாட்டின் சில பகுதிகளை ஒத்திருக்கிறது. புத்தர், எண்ணற்ற பில்லியன் ஆண்டுகளில் பிரபஞ்சம் மாறுவதும், மீண்டும் உருவாவதும், மனிதர்களின் வளர்ச்சி, சமூகத்தில் நன்மை தீமைகளின் எழுச்சி மற்றும் அத்தகைய சமூகம் எவ்வாறு முன்னேறியது என்பதை பற்றி கூறினார். புத்தர், பூமியின் மேற்பரப்பில் எவ்வாறு உயிர் முதலில் உருவானது என்பதைப் பற்றியும், நீண்ட காலமாக எளிமையிலிருந்து பல பாகங்களைக் கொண்ட உயிர் வரை உருவாவனது எப்படி என்பதனையும் கற்பித்தார். இந்த சுழற்சி செயல்முறைகள் இயற்கை மற்றும் கர்ம காரணங்களால் ஆரம்பிக்கப்படுகின்றன. முந்தைய பிரபஞ்சம் எவ்வாறு முடிவடைந்தது மற்றும் நிலைப்படுத்தப்பட்டது, மீண்டும் பரிணாமம் பெற்றது மற்றும் மீண்டும் நிலைப்படுத்தப்பட்டது, பல்வேறு இருப்புத் தளங்கள் தோன்றியதையும் இது பதிவு செய்கிறது.

ஆற்றல்

புத்தம் ஆற்றல் அழியாமை, ஆற்றல் அழிவின்மை, ஆற்றல் காப்பில் நம்பிக்கை கொண்டுள்ளது. இது ஆற்றல் அழியாமை/காப்பு விதிக்கு ஏற்ப உள்ளது, ஆற்றலை ஆக்கவோ அழிக்கவோ முடியாது; அது ஒரு ஆற்றலில் இருந்து மற்றொரு ஆற்றத்திற்கு மாற்ற மட்டுமே முடியும். மறுபிறப்பு பற்றிய போதனை - அழிவில்லாத மன ஆற்றலை ஒரு உடலில் இருந்து மற்றொரு உடலுக்கு மாறும் என்ற போதனை, ஒரு எடுத்துக்காட்டு.

வேற்று கிரக வாசிகள் (ஏலியன்)

புத்தர் நமக்கு அப்பாற்பட்ட உலகங்களை விண்வெளி மற்றும் பிற பரிமாணங்களை பரந்த அளவில் விவரித்தார், அவை வேறு பல அறிவார்ந்த உணர்வுபூர்வமான உயிர் உருவங்களின் வசிப்பிடம் , அவற்றில் சில நம்மைப் போல இல்லை. வேற்று கிரக வாழ்க்கையின் சாத்தியம் இன்று விஞ்ஞானிகளிடையே மிகவும் ஏற்றுக்கொள்ளத்தக்கது.

காரணகாரியம்

புத்தர் அனைத்து உடல் மற்றும் மன நிகழ்வுகளும் காரணங்கள் மற்றும் நிலைமைகளின் வலையமைவு கலவையின் மூலம் எழுகின்றன என்று கற்பித்தார். பௌத்த பிரபஞ்ச காரணம் மற்றும் விளைவு (கர்மாவை உள்ளடக்கியது) கோட்பாடு அறிவியலின் காரண (காரணம்) காரிய விதிக்கு சமமானது. அனைத்து நிகழும் அல்லது இருக்கும் ஒவ்வொன்றிற்கும் (விளைவுக்கு) ஒரு காரணம் இருக்கிறது என்பதே உண்மை. சரியான நிபந்தனைகளுடன், ஒவ்வொரு விளைவும் மற்றொரு விளைவின் காரணமாக அல்லது நிபந்தனையாக இருக்கலாம்.

பௌத்தத்தில் விவரிக்க முடியாத, சீரற்ற அல்லது இயற்கைக்கு அப்பாற்பட்ட நிகழ்வுகள் எதுவும் இல்லை. அமானுஷ்யமமானது/இயற்கைக்கு அப்பாற்பட்ட நிகழ்வு இயல்பு மட்டுமே இன்னும் அறிவொளி பெறாதவர்களால் புரிந்து கொள்ளாதது

உளவியல்

மனித உளவியல் மற்றும் அதன் அனுபவங்களையும் ஆழமாகப் ஆராய்த்தவர்களில் புத்தர் முதன்மையானவர். அவரது போதனைகள் அதிருப்தியின் பரவலான பிரச்சினைக்கு அடிப்படை கூறுசார்ந்த தீர்வுகளை வழங்குகின்றன.

நவீன உளவியலின் பெரும்பகுதி புத்த மதத்தின் சமீபத்திய விரிவாக்கம் என்பதை அறிவியல் கண்டுபிடித்து வருகிறது. புத்த தியானம், சுய-குணப்படுத்துதல் மற்றும் உளவியல் சிகிச்சைக்கான பண்டைய மற்றும் மேம்பட்ட முறைகளை வழங்குகிறது.

இயல் இயக்கமீறிய ஆற்றல் (சைகிக் பவர்)

புலன் உணர்வுகளுக்கு அப்பாற்பட்ட உணர்வு (இ.எஸ்.பி-எக்ஸ்ட்ரா சென்ஸரி பெர்செப்சன்), தொடர்பின்றியே தொலைவில் உள்ள பொருளை இயக்கும் அருந்திறம் (டெலிகினிசிஸ்) மற்றும் இதுபோன்ற பிற நிகழ்வுகள், இயல் இயக்கமீறிய ஆற்றல் என்று புத்தரால் விளக்கப்பட்டன, மனதை ஒருமுகப்படுத்தவும், மனதை ஒருமுகப்படுத்தவும் பயிற்சியால் எவராலும் அடைய முடியும், என்றார். (இது "மனம் பொருளுக்கு மேலே".) மனம் பிரபஞ்சத்தில் மிகவும் சக்திவாய்ந்த சக்தியாக இருப்பதால், மனதின் தேர்ச்சி வரம்பற்ற சக்திக்கான வாயில்களைத் திறக்கிறது. புத்தர் தம் மன தேர்ச்சியில் முற்றுப்பெற்றிருந்ததால் அவரே இயல் இயக்கமீறிய ஆற்றல் சக்திகளை முழுமையாகப் பெற்றிருந்தார். இருப்பினும், இயல் இயக்கமீறிய ஆற்றல் சக்திகள் உண்மையான மகிழ்ச்சியைத் தருவதில்லை

என்பதை அறிந்திருந்ததால், அவர் வெளிப்படுத்திய அற்புதங்கள், அவரது போதனைகளுக்கு இரண்டாம்பட்சமாக, நம்பிக்கையை ஊக்குவிக்கும் திறமையான "ஓர நிகழ்ச்சிகள்" மட்டுமே.

மின்னணு (எலக்ட்ரான்கள்)

பிரபல இயற்பியலாளர் ஓபன்ஹைமரின் வார்த்தைகளில், "உதாரணத்திற்கு, எலக்ட்ரானின் நிலை அப்படியே இருக்கிறதா என்று நாம் கேட்டால், நாம் 'இல்லை' என்று சொல்ல வேண்டும்; காலப்போக்கில் எலக்ட்ரானின் நிலை மாறுகிறதா என்று கேட்டால், 'இல்லை' என்று சொல்ல வேண்டும்; இயக்கத்தில் இருக்கிறதா என்று கேட்டால், 'இல்லை' என்று சொல்ல வேண்டும். ஒரு மனிதனின் மரணத்திற்குப் பிறகு அவனுடைய சுயத்தின் நிலைமைகள் குறித்து விசாரிக்கப்பட்டபோது புத்தர் இப்படிப்பட்ட பதில்களை அளித்திருக்கிறார்..." இயற்பியலை நன்கு அறிந்தவர்களுக்கு, இதுபோன்ற இணைகள் நிச்சயமாக ஆச்சரியமாக இருக்கும்!

18. இதை தெரிந்து கொள்ளுங்கள்!

புத்தர் உயிருடன் இருக்கிறார்!

புத்தர் 2,500 ஆண்டுகளுக்கு முன்பு இந்தியாவில் பிறந்து 80 ஆண்டுகளுக்குப் பிறகு இறந்துவிட்டார் என்று சிலர் நினைக்கிறார்கள். இந்த "மனித" புத்தர், என்றென்றும் இருக்கும் உண்மையான தர்மகாய புத்தரின் பூமிக்குரிய தோற்றம் மட்டுமே. இந்த உண்மையான புத்தர், தர்மத்தின் உண்மையான போதனைகள் மறக்கப்பட்டவுடன் மனித உருவில் நம் உலகில் மீண்டும் தோன்றுகிறார்.

புரியாதவர்களுக்கு புத்தர் இறந்துவிட்டதாகத் தோன்றுகிறது. உங்கள் மிகவும் மரியாதைக்குரிய ஆசிரியர் இறந்துவிட்டார் என்று நீங்கள் நினைத்தால், இந்த நம்பிக்கை உங்களை விடுதலைக்காக மிகவும் விடாமுயற்சியுடன் உழைக்கச் செய்யாதா? புத்தரின் "இறப்பின்" நோக்கம் இதுதான். அறிந்தவர்களுக்கு, புத்தர் ஒருபோதும் இறக்கவில்லை. புத்தரே மெய்மை / உண்மை. மேலும் மெய்மை ஒருபோதும் இறக்க முடியாது. பிறப்பு மற்றும் இறப்பிற்கு மெய்மையின் மீது ஆற்றல் இல்லை.

புத்தரின் மனித வடிவம் மறைந்த பிறகும், நாம் அவரைக் காண முடிகிறது. ஏனென்றால், "மெய்மையை காண்பவன்

என்னை காண்பான் " என்று புத்தர் கூறுகிறார். மேலும், "நான் உங்களுக்கு வழங்கிய போதனைகளும் ஒழுக்கமும் உங்கள் ஆசிரியராக இருக்கும்." என்று புத்தர் அறிவுறுத்துகிறார். (பெரிய மரணம் பற்றிய சொற்பொழிவு, 2:154)

இந்த தருணத்தில் கூட, உண்மையான போதனைகள் மறந்துவிட்ட பிறகு, எதிர்கால புத்தர் நம் உலகில் தோன்றுவதற்கான நேரத்திற்காக காத்திருக்கிறார். வேறு வார்த்தைகளில் கூறுவதானால், உலகிற்கு உதவ ஒரு புத்தர் எப்போதும் தோன்றுவார். இந்த புத்தர் எப்போதும் ஒரே உண்மையான புத்தரின் மனித வடிவமாக இருப்பார் - நித்திய மற்றும் உலகளாவிய புத்தர்.

புத்தர் உங்களுக்கு உதவ முடியும்!

புத்தர் கருணை உள்ளவர். அவர் கூறுகிறார், "கருணையால் , நான் புத்தரின் ஞான கண்ணால் உலகம் முழுவதும் ஆய்வு செய்கிறேன்." (நடுத்தர வாசகங்கள், 1:169) ஒருவருக்கு உதவி தேவைப்படும் போதோ அல்லது உண்மையான போதனையைப் பெறத் தயாராக இருக்கும்போதோ, புத்தர் அவருக்குத் தோன்றுகிறார்.

ஆனால் பெரும்பாலும் புத்தர் தான் நமக்கு உதவுகிறார் என்பது நமக்குத் தெரியாது. புத்தர் கூறுகிறார், "நினைவில் கொள்ளுங்கள்... நான் நூற்றுக்கணக்கான முக்கியஸ்தர்கள், மதவாதிகள், இல்லத்தரசிகள், பிற மதத்தினர் மற்றும் பல்வேறு கடவுள்களின் கூட்டத்தில் நுழைந்தபோது, நான் உட்கார்ந்து அவர்களுடன் பேசுவதற்கு முன்பு, நான் அவர்களைப் போல

தோற்றமளிக்கும் வகையில் என்னை மாற்றிக்கொண்டு, அவர்களைப் போலவே பேசினேன். நான் அவர்களுக்குப் போதனை பாடம் சொல்லி முடித்ததும், அவர்கள் மிகவும் மகிழ்ச்சியடைந்தார்கள். ஆனால் நான் போன பிறகும் அவர்களுக்கு நான் யார் என்று தெரியாது. (பெரும் மறைவு பற்றிய சொற்பொழிவு, 1:109)

நீங்கள் சிக்கலில் இருக்கும்போது, நீங்கள் செய்ய வேண்டியது புத்தரை உதவிக்காகப் பார்ப்பதுதான். ஏனென்றால், "பயமின்றி இதை தெரிந்து கொள்ளுங்கள்! , நீங்கள் என்னைப் பார்க்கும்போது, சேற்றில் மூழ்கிய யானையை ஒருவன் காப்பாற்றுவது போல நான் உங்களை விடுவிப்பேன். (தம்மபதம் வர்ணனை 4:119)

புத்த பிரார்த்தனை வேலை செய்கிறது!

முயற்சி செய்து பாருங்கள். புத்த பிரார்த்தனை வேலை செய்கிறது. புத்தரை நேரடியாக நீங்கள் தொடர்பு கொள்ளலாம். புத்தர் போதித்தார், "நீங்கள் காட்டில் அல்லது வெற்று இடங்களில் இருக்கும்போது, உங்களுக்கு பயமும் பீதியும் எழுந்தால், உடனடியாக என்னை நினைவு கூருங்கள். நீங்கள் அவ்வாறு செய்தால், பயம் அல்லது பீதி நீங்கும்." (அன்பான வாசகங்கள் 1:219)

புத்தரின் ஒவ்வொரு போதனையும் தினசரி ஆன்மீக நினைவூட்டல்களாகப் பயன்படுத்தக்கூடிய பிரார்த்தனை போன்றது. உதாரணமாக, புத்தர் கடந்த காலத்தைப் பற்றியோ எதிர்காலத்தைப் பற்றியோ கவலைப்பட வேண்டாம் என்று கூறுகிறார் - நிகழ்காலம் மட்டுமே உண்மையானது மற்றும் முக்கியமானது. அவர்

போதித்தார், "கடந்த காலத்தை நினைக்காதே; எதிர்காலத்தைப் பற்றி கவலைப்பட வேண்டாம். கடந்த காலம் கடந்தது போனது; எதிர்காலம் இன்னும் வரவில்லை. உங்கள் புத்திசாலித்தனத்தைப் பயன்படுத்தி நிகழ்காலத்தில் கவனம் செலுத்துங்கள். இன்றே உன் வேலையைச் செய்." (பத்தேகரட்டா பற்றிய சொற்பொழிவு - சுருக்கமாக)

உங்களை நீங்களே காப்பாற்றிக் கொள்ளலாம்!

நம்மைத் தவிர - யாராலும் நம்மைக் காப்பாற்ற முடியாது! புத்தர் நமக்குத் தந்த அற்புதமான செய்தி இது.
புத்தர் போதித்தார், "
தன்னாலேயே தனக்கு தீமை செய்யப்படுகிறது;
தன்னாலேயே தான் தூய்மையற்றவனாக்கப்பட்டான்
தன்னாலேயே தீமை நிறுத்தப்படுகிறது;
தன்னாலேயே ஒருவன் தூய்மையாக்கப்பட்டான்.
தூய்மையும் தூய்மைய ற்றதும் தன்னைச் சார்ந்தது.
யாராலும் இன்னொருவரைத் தூய்மைப்படுத்த முடியாது.
(தம்மபத வசனம் 165)

மேலும், புத்தர் நமக்கு நாமே தலைவனாக ஆகலாம் என்று கூறுகிறார், "ஒருவரே ஒருவரின் சொந்த தலைவன். வேறு யார் ஒருவருக்கு தலைவராக இருக்க முடியும்? கட்டுப்படுத்திய ஒருவர், கண்டுபிடிப்பதில் கடினமான, ஒரு தலைவரை வென்றெடுகிறார்,." (தம்மபத வசனம் 160)

எல்லா நேரங்களிலும் நாம் நன்றாக இருந்தோம் என்கிறார் புத்தர். நம் அன்றாட வாழ்வில் சில பேராசை, வெறுப்பு மற்றும் அறியாமையால் துரதிர்ஷ்டம் ஏற்படுகிறது, அவை

தற்காலிகமாக மட்டுமே நம் மனதை மூடிமறைக்கின்றன.
"நம்முடைய இந்த மனம் தூய்மையானது, ஆனால் அது
வெளிப்புற விஷயங்களால் அசுத்தமானது." (படிப்படியான
வாசகங்கள் 1:10)

175

புத்தரின் போதனைகளில், பாவம், கட்டளைகள், தீர்ப்பு,
நித்திய சொர்க்கம் அல்லது நரகம் என்ற எதுவும் இல்லை.
நாம் அடையக்கூடிய இலக்காக, தூய்மையான புத்தரின்
மனம் மட்டுமே உள்ளது. "எல்லா உயிரினங்களும்
புத்தர்களாக மாற முடியும்!" (ரத்ன-கோத்ர-விபாகா 1)

19. புத்த மத பள்ளிகள்

மிகவும் இரக்கமுள்ள மற்றும் திறமையான ஆசிரியராக இருந்த புத்தர், பல்வேறு ஆர்வங்கள் மற்றும் விருப்பங்களைக் கொண்ட மக்களுக்கு ஏற்ற பல்வேறு போதனைகளை (பொதுவாக தேரவாதம், மகாயானம் மற்றும் வஜ்ராயன மரபுகள் என்று அழைக்கிறார்கள்) வழங்கினார். உண்மையில், புத்தர் 84,000 போதனைகளை வழங்கியதாகக் கூறப்படுகிறது! எல்லோரும் ஒரே மாதிரியாக பயிற்சி செய்ய வேண்டும் என்று எதிர்பார்க்கப்படுவதில்லை. இதனால், பௌத்தர்கள் புத்த மரபுகளின் செழுமையான பன்முகத்தன்மையை வரவேற்கிறார்கள், வெவ்வேறு தேவைகளுக்காக பல்வேறு கலாச்சார அமைப்புகளில் பரிணமித்தது. போதனைகள் பலவாக இருந்தாலும், அவை பெரும்பாலும் சுதந்திரம், கருணை மற்றும் மெய்ஞானத்தை அடைவதற்கான பொதுவான குறிக்கோளுடன் நுணுக்கமாக ஒன்றோடொன்று இணைக்கப்பட்டுள்ளன.

புத்தர் கூறினார்: "பரந்த சமுத்திரத்தின் ஒரே ருசி, உப்பின் சுவை. அதுபோலவே, என் போதனைகளிலும், ஒரே ஒரு சுவை மட்டுமே உள்ளது - அது சுதந்திரத்தின் சுவை."

பௌத்த மரபுகளின் இணக்கம்

பௌத்தம் உலகின் மிகப் பழமையான மதங்களில் ஒன்றாக இருந்தாலும், அதன் பெயரிலோ அதன் கோட்பாடுகளிலோ ஒரு தீவிரமான போர் நடந்ததில்லை. குறுங்குழுவாதமானது/அளவு கடந்த சமயப் பரிவுணர்ச்சி (மதவெறி), மிகவும் அழிவுகரமானதாகக் கருதப்படுகிறது, ஏனெனில் ஒரு பாரம்பரியம் நல்லது என்றும் மற்றொன்று கெட்டது என்றும் புத்தர் குறிப்பிட்ட மக்களுக்கு வழங்கிய போதனைகளை விமர்சிப்பதாகும்.

நமது ஆளுமைக்கு மிகவும் பொருத்தமான ஒரு குறிப்பிட்ட பாரம்பரியத்தை நாம் கண்டறிந்தாலும், அதை மிகவும் வலுவாக அடையாளம் காண்பது விவேகமற்றது. (எ.கா. "நான் ஒரு மகாயானிஸ்ட், நீங்கள் ஒரு தேரவாதி.") .நாம் அனைவரும் உண்மையான மகிழ்ச்சியைத் தேடுகிறோம், உண்மையை உணர விரும்புகிறோம் என்பதை நினைவில் கொள்வது அவசியம். நாம் ஒவ்வொருவரும் நம் மனநிலைக்கு மிகவும் பொருத்தமான ஒரு முறையைக் கண்டுபிடிக்க வேண்டும்.

அனைத்து மரபுகளுக்கான திறந்ததன்மை

நமக்கு மிகவும் வசதியாக உணரும், மிகவும் பொருத்தமான அணுகுமுறையை நாம் சுதந்திரமாக தேர்வுசெய்யலாம். இருப்பினும், மற்ற மரபுகளுக்கு மனதை திறந்தும், மரியாதையையும் வைத்திருப்பது முக்கியம். நம் மனம் பண்படும்போது, நாம் முன்பு புரிந்துகொள்ளத் தவறிய பிற மரபுகளில் உள்ள கூறுகளைப் புரிந்துகொள்ளலாம். சுருக்கமாகச் சொல்வதென்றால், சிறந்த வாழ்க்கை வாழ

நமக்குப் பயன்படும் எதையும் நாம் நடைமுறைப்படுத்த வேண்டும், இன்னும் நமக்குப் புரியாததை விமர்சிக்காமல் ஒதுக்கி விடலாம்.

வெவ்வேறு மரபுகளுக்கும் இடமளியுங்கள், எல்லாவற்றையும் ஒன்றாகக் கலக்க வேண்டிய அவசியமில்லை. ஒரு நேரத்தில் ஒரு தர்ம போதனையில் கவனம் செலுத்துவது நல்லது. போதிய புரிதல் இல்லாமல் இதில் கொஞ்சம், இதில் கொஞ்சம் என்று எடுத்துக் கொண்டால், குழப்பம் வந்துவிடும். இருப்பினும், ஒரு பாரம்பரியத்தில் வலியுறுத்தப்படும் ஒரு போதனை, மற்றொன்றைப் பற்றிய நமது புரிதலையும் நடைமுறையைப்படுத்த மேம்படும். அதே நடைமுறைகளை தினமும் செய்வது நல்லது. ஒரு நாள் ஒரு பயிற்சியையும், அடுத்த நாள் மற்றொன்றையும் செய்தால், அவற்றில் எதிலும் நாம் முன்னேற முடியாது. எவ்வாறாயினும், இரண்டிலும் தொடர்ச்சி சீராக பராமரிக்கப்படும் வரை, நாம் ஒவ்வொரு நடைமுறைகளையும் ஒவ்வொரு நாளாக செய்யலாம்.

20. யார் உண்மையான பெளத்தர்?

ஒருவரை பெளத்தராக ஆக்குவது எது? பெளத்தரை பெளத்தர் அல்லாதவரிடமிருந்து வேறுபடுத்துவது எது? பெளத்தராக இருப்பது என்பது வெவ்வேறு நபர்களுக்கு வெவ்வேறு விஷயங்களைக் குறிக்கிறது. அப்படியானால், யார் உண்மையான பெளத்தர்?

சடங்குகளை மட்டும் செய்வது

பாரம்பரிய பெளத்த சடங்குகள் மற்றும் விழாக்களில் மட்டும் கலந்து கொண்டு, விகார்களுக்கு சென்று காணிக்கைகள் செய்பவர். உண்மையான பெளத்தரா?

புத்தரின் வழியைப் பின்பற்றுவதில் நம்பிக்கையைத் தூண்டி, உறுதியை நிலைநிறுத்த முடியும் என்பதால், சரியான மனநிலையில் செய்யும்போது இத்தகைய நடவடிக்கைகள் மதிப்புமிக்கவை. இருப்பினும், ஒருவரின் மனதைத் தூய்மைப்படுத்துவதும், மெய் ஞானத்தையும், கருணையும் அதிகரிப்பதும் மிக முக்கியமானது. சடங்குகள் மற்றும் சடங்குகள் மட்டுமே எதிர் விளைவை ஏற்படுத்தக்கூடும், சடங்கு சம்பிரதாயங்கள் தங்களுக்குள் முடிவடைகின்றன..

நற்நன்மை மட்டுமே விரும்புவது

இனிய எதிர்கால அனுபவங்களுக்காகத் நற்நன்மை மட்டும் குவிப்பவர் உண்மையான பௌத்தரா?

ஆன்மீக பொருள்முதல்வாதம் வழக்கமான பொருள்முதல்வாதத்தைப் போலவே மோசமானது- இரண்டுமே சுயநலத்தின் வடிவங்கள். நல்லதை நல்லதுக்காக செய்ய வேண்டும், ஏனென்றால் அது நல்லது; நல்லதைச் செய்வதால் கிடைக்கும் நன்மைகளில் நாம் பற்று கொள்ளக் கூடாது.

ஒழுக்கமாக மட்டுமே இருப்பது

ஒழுக்கத்தை மட்டும் கடைப்பிடிப்பவர் உண்மையான பௌத்தரா?

ஆன்மிகப் பாதையில் முன்னேற்றம் அடைவதற்கு முன், குறிப்பாக நாம் தியானம் செய்வதற்கு முன், நமது ஒழுக்கத்தை நாம் முழுமையாக்க வேண்டும் என்ற பொதுவான தவறான கருத்து உள்ளது. இருப்பினும், ஒருவன் சுயநலத்தை பலவீனப்படுத்துவதால் ஒழுக்கமும் இயற்கையாகவே தியானத்துடன் ஆழமடைகிறது. மெய் ஞானத்தை உணராமல் ஒழுக்கத்தை மட்டும் கடைப்பிடிப்பதால் நமக்கு ஞானம் கிடைக்காது. அறிவொளி என்பது தொலைதூர இலக்கு அல்ல, நாம் நிகழ்காலத்தில், நொடிக்கு நொடியில் மனப்பூர்வமாக விழிப்புடன் வாழ்ந்தால்.

கண்மூடித்தனமான நம்பிக்கை மட்டுமே

ஒருவரின் பௌத்த நம்பிக்கையை மற்ற மதங்களிலிருந்து வேறுபடுத்தி, அவர்களின் அனைத்து போதனைகளையும் எதிர்க்கும் மற்றும் அவற்றில் முற்றிலும் உண்மை இல்லை என்று நம்புபவர் உண்மையான பௌத்தரா?

எல்லா மதங்களிலும் உண்மையின் சில கூறுகள் உள்ளன. ஞானம் மற்றும் உண்மையான மகிழ்ச்சியை நோக்கிய பாதையைப் பயிற்சி செய்ய நாம் தெரிந்து கொள்ள வேண்டிய அனைத்தையும் புத்தர் ஏற்கனவே நமக்குக் கற்றுக் கொடுத்துள்ளார் என்று பௌத்தர்கள் நம்பினாலும், அவர்களிடமிருந்து நாம் எப்போதும் கற்றுக்கொள்ளக்கூடிய ஒன்று எப்போதும் உள்ளது.

நம்பிக்கை மட்டுமே

புத்தர் மீது நம்பிக்கை வைப்பது மட்டுமே தன்னை "காப்பாற்றும்" என்று நம்புபவர் உண்மையான பௌத்தரா?

அறிவொளியை நோக்கிய பாதையைப் பயிற்சி செய்ய தனிப்பட்ட முயற்சிகளை மேற்கொள்வதை விட, முற்றிலும் வேறொருவரைச் சார்ந்து இருப்பது நமக்கு உண்மையான மகிழ்ச்சியைத் தரும் என்பது யதார்த்தமற்ற சிந்தனை. பயிற்சி செய்ய நாம் உண்மையாக முயற்சி செய்தால், நம் வாழ்க்கை இயல்பாகவே மேம்படும். நமக்கான உண்மையை நாமே உணர வேண்டும் - நமக்காக இதை யாராலும் செய்ய முடியாது. புத்தர் எல்லா உயிரினங்களுக்கும் தன்னைப் போன்ற புத்தர் குணம

இருப்பதை உணர்ந்தார். இதனால், அவர் செய்ததைப் போல நாமும் மெய்மையை/உண்மையை உணர முடியும்.

யார் உண்மையான பௌத்தர்?

முதலாவதாக, புத்தரின் ஞானோதயதில் -. சுய மற்றும் அனைத்து நிகழ்வுகளின் இன்றியமையாத தன்மையை முழுமையாக உணருவதன் மூலம் ஆன்மீக விடுதலை - இது அனைத்து தனிப்பட்ட துன்பங்களையும் முடிவுக்கு கொண்டு வந்து, உண்மையான மகிழ்ச்சி அடைவது - என்று நம்பிக்கை கொண்டவரே உண்மையான பௌத்தர் ஆவார்

இரண்டாவதாக, புத்தர் காட்டிய வழியைப் பின்பற்றி, மும்மாணிகளிடம் சரண் அடைவதன் மூலம், அதே அனுபவத்தை நோக்கிப் பாடுபடுவதை ஒரு பௌத்தர் ஒரு முக்கிய இலக்காகக் கொள்கிறார்.

புத்தரின் விலைமதிப்பற்ற அனுபவம் ஒரு மாயை அல்ல, அவருடைய போதனைகளை விடாமுயற்சியுடன் நடைமுறைப்படுத்துவதன் மூலம் எவரும் அதை அனுபவிக்க முடியும் என்று ஒரு பௌத்தர் நம்புகிறார்.

அறிவொளிக்கான பாதையில் முக்கியமானது விழிப்புணர்வு- இது ஒருவரைப் புரிந்துகொள்வதற்கு வழிவகுக்கிறது, இது முழுமையான மெய் ஞானத்தையும் கருணையும் உருவாக்குகிறது.

சரி, நீங்கள் உண்மையான பௌத்தரா?

www.ingramcontent.com/pod-product-compliance
Lightning Source LLC
Chambersburg PA
CBHW041316120726
48005CB00014B/2020